Ang mga Lihim ng Walang-Hanggang Aklat

Ang kahulugan ng mga kuwento ng Pentateuch

Ni Semion Vinokur

LAITMAN
KABBALAH
PUBLISHERS

Ang mga Lihim ng Walang-Hanggang Aklat
Ang kahulugan ng mga kuwento ng Pentateuch
Copyright © 2022 by Michael Laitman

All rights reserved
Published by Laitman Kabbalah Publishers
www.kabbalah.info info@kabbalah.info
1057 Steeles Avenue West, Suite 532, Toronto, ON, M2R 3X1, Canada

No part of this book may be used or reproduced
in any manner without written permission of the publisher,
except in the case of brief quotations embodied
in critical articles or reviews.

ISBN 978-1-77228-061-6

Translator: Danilo De Leon
Proofreading: Ariel Macasaet
Copy Editor: Ariel Macasaet
Cover: Galina Kaplunovich, Inna Smirnova
Executive Editor: Danilo De Leon
Printing and Post Production: Uri Laitman

FIRST EDITION: December 2022
First printing

Mga Nilalaman

Mga Nilalaman	5
Isang Kinakailangang Paunang Salita	7
Ano Ang Pentateuch?	10
Isang Maikli, subalit Mahalagang Paunang-Salita	12
Ang Lenggwahe ng mga Sanga	14
Kabanata 1: "Sa Simula" (Genesis, *Beresheet*)	18
Unang Araw	24
Pangalawang Araw	26
Pagkilala sa Kasamaan	27
Pagbabalik sa "Ang Langit at ang Lupa"	**29**
Pangatlong Araw	37
Pang-Apat Na Araw	39
Pang Limang Araw	43
Ika-Anim na Araw	46
Pananagutan Para sa Mundo	52
Ika-Pitong Araw	55
Ang Pananggalang (Screen)	57
Sabbath (Sabado) Ang Ika-Pitong Antas	59
Ang Pitong Araw Ng Paglikha	60
Ang Mataas Na Hangarin	61
Sa Ano Ginawa Ang Tao	67
Ang Hardin ng Eden	72
Ang Asawa Ng Lalaki	76
Paglitaw Ng Ulupong	82
Ang Pagtataboy	87
Tungkol sa Malayang Kalooban	90
Balik kay Adan	94

Kabanata 2: Noah   **101**
    Kislap Ni Noah   103
    Pagpasok Sa Arko   108
    Mga Mahihirap na Katanungan   109
    Ang Baha   112
    Pagsilang   116
    Ang Bagong Daigdig   121
    Pagtatayo Ng Tore Ng Babel   125
    Ang Pagsilang Ng Mga Lenggwahe   126
    Ang Tore Ng Babel Sa Loob Natin   127
    Babagsak Upang Bumangon   129
    Ang Babylonia Ng Nakaraan At Kasalukuyan   131
    Ano ang Dapat Gawin   135

Kabanata 3: Lumakad at Humayo   **138**
    Ang Kaharian ng Egoismo   138
    Ang Hula   140
    Ang Pagsilang ng Abraham Sa Loob Mo   146
    Mga Pagtuklas na Nagawa Sa Isang Yungib   148
    Sa Mga Diyus-Diyusan at ang Lumikha   155
    Piitan   162
    Ang Kamatayan Na Hindi Naganap   163
    Si Sarah, Ang Asawa Ni Abraham   168
    Ang Guro   169
    Lumakad At Humayo Mula Sa Iyong Bayan   171

Sa Pagtatapos   **177**
Tungkol Sa May-Akda   **179**
Karagdagang Babasahin   **180**

APPENDIXES

Appendix One: Mga Kadalasang Katanungan   **204**
Appendix Two: Mga Karagdagang Babasahin   **223**
Appendix Three: Tungkol sa Bnei Baruch   **231**

Isang Kinakailangang Paunang Salita

Mahal na Mambabasa:

Kung ikaw man ay nagtaka tungkol sa misteryo ng buhay, at kahit pasumandali ay nagnilay sa kahulugan ng buhay, o kaya'y nangarap na matagpuan ang "eliksir ng buhay na walanghanggan," hawakan nang mahigpit ang aklat na ito; ito ay para sa iyo.

Ang mga Lihim ng Walang-Hanggang Aklat ay inihahayag kung paano ang wastong pagbasa ng Pentateuch (limang aklat ni Moses), paano mababasag ang panglabas na mga talukap - ang mga makamundong pagkilos ng mundong ito na tila binabanggit sa aklat - at matuklasan kung ano talaga ang nasa likod ng lahat ng ito.

Mag-umpisa tayo sa pamamagitan nang paglilista ng lahat ng limang aklat: *Genesis, Exodus, Leviticus, Numbers* at *Deuteronomy*. Ito ang mga isinalin sa Ingles, samantalang sa orihinal na Hebreo, ang mga ito ay *Beresheet* (Sa Simula), *Shemot* (mga Pangalan), *Vayikra* (At Siya ay Tumawag), *Bamidbar* (Sa Disyerto), *Devarim* (mga Salita).

Sa sandaling damputin mo ang aklat at magsimulang magbasa, hindi mo alam na ang nilalaman nito ay *encrypted*, naka-kodigo. Iyong babasahin at titingnan ang impormasyon bilang mga tinipong mga kuwento at paminsan-minsan ay hihinto at mag-iisip kung ano ang lahat ng ito Ang Pentateuch ay ang pundasyon ng lahat ng Judaismo, Kristiyanismo at Islam, at patuloy na binabanggit ng mga pantas, mga philosophers, manunulat, at…. mga pulitiko. Ngunit ano ang natatangi tungkol dito? Hayaan mo ako at umasa ka na kung ikaw ay hindi makuntento na tingnan ang aklat na ito bilang isang makasaysayang kuwento, hindi ka nagkakamali. Ito ay palatandaan na ikaw ay nagsasalisik sa natatagong kahulugan; at kung ikaw ay tunay na nagsasaliksik, buong katiyakan na matatagpuan mo ito.

Papaulanan mo ng mga tanong ang mga taong maalam at kinikilala, ngunit hindi nila magawang bigyan ka ng kaliwanagan. Magbabasa ka ng mga gabundok na mga sulatin, ngunit tila hindi ka makakita ng anumang mga kasagutan.

Nagsasaliksik ka para sa kodigo ng aklat na ito, magpipilit na makahukay ang mga lihim na pintuan kung saan makakapuslit papasok at matuklasan ang panloob na sikreto ng kodigong ito. So loob ng libong taon, ang mga iskolar ay walang tigil sa pagpupumilit na malutas ang hiwaga ng kodigong ito nang walang bunga. Datapwat, kanilang sinikap na malutas ito sa pamamagitan nang lohika, at ito ang naging sanhi ng kanilang kabiguan. Hindi mo mabubuksan ang kodigong ito gamit ang lohika, kaya huwag na lang tangkain.

Upang mabuksan ang mga lihim ng Pentateuch, ang kinakailangan mo ay isang "kagamitan" lamang - hangarin. Ito ay isang mahiwagang salita, at isa na babalik-balikan natin nang paulit-ulit.

Kaya saan mo uumpisahan kung naipasiya mo na, na magsaliksik at arukin ang kalaliman ng pinakapangunahing katanungan sa buhay? Bubuklatin mo ang aklat at sasabihin mo sa iyong sarili: "Ito ay tungkol sa akin. Ang lahat ng nasusulat dito ay nagpapakita ng aking landas tungo sa pinaka-panloob na lalim ng aking kaluluwa."

Totoo, ang mga landas ay naging paikot-ikot sa mahabang panahon. Sa abot ng iyong matatandaan, ikaw ay inabala lamang ang iyong sarili kaugnay sa panlabas na mundo: pagdaing sa talamak na kakulangan sa pera, di-kasiya siyang trabaho, unsyaming pag-ibig, kataksilan, masamang pagkain, ang di-maaasahang pampublikong sasakyan, habang nagsasaya sa pagbili nang isang bagong bahay, bagong kotse, bagong mga kagamitan, pagkain nang masasarap na pagkain, panonood nang magandang palabas... At kung iisipin sa pangkalahatan, ito ay sapat na para sa akin.

Ngunit kalaunan, mayroong naganap... Iyong natagpuan mo ang iyong sarili na patuloy na binabagabag ng mga isipin na ang lahat ng mga kasiyahang ito ay pansamantala at palalo. Hindi mo magawang payapain ang iyong sarili sa isipin na ang taong nilalang - itong kahanga-hangang pagsasama ang talino at puso - ay isinilang sa mundong ito upang bigyang kasiyahan lamang ang katawan at maglaho na nang tuluyan magpakailanman.

Sa isang iglap, ang mga isipin na ang ay buhay maaaring maging magpakailanman ay nagsimulang lumaganap sa iyong kaisipan.

Saan nagmula ang mga ito. Parang masyadong likhang-isip, subalit... Maaari kayang ang iyong nahihiwatigan ay totoo? Ito ay totoo. Maaari ka, sa katunayan, na mabuhay nang walang hanggan.

Ang makahulugan sa isiping ito ay dumarating ito sa iyo galing sa iyong pinakamalalim na punto. Doon, nakatago sa malalim na kaibuturan mo, ay isang lugar kung saan ang walang hanggan ay naninirahan. Ito ay tumatawag sa iyo nang walang hinto, at nagpapaliwanag na ang lahat ay tanging mga talupak na walang laman.

Hindi mo naririnig ang tinig nito, hanggang hindi ka handa. Iniwas ka nito sa mga napakalalim na paglilimi, tulad ng isang musmos na binigyan ng mga kotseng laruan upang paglaruan, hanggang ang mga araw ay mapalaki ito sa wastong pag-iisip at maiupo bilang isang hustong gulang na nilalang sa manibela ng isang tunay na sasakyan.

Ito ay totoo rin para sa iyo. Ikaw ay isang hustong gulang na bata. Sa maraming mga taon, maging sa libong taon, "naglaro ka ng mga kotseng laruan," sa isang iglap ay nagkamalay sa mga katanungan sa loob mo. Ito ba talaga kung ano ang kadahilanan ng buhay ko."

At ito na yaon. Noong sandaling tinanggap mo ang katanungang ito, huminto ka na sa pagiging bata.

At ngayon ang tunay na sandaling kailangan mo ang aklat na ito - ang pinakatotoong mapa ng landas para doon sa mga nagtatanong sa kanilang mga sarili ng mga katanungan tungkol sa kahulugan ng buhay. Ito ay gamit sa pagbubukas ng pinto tungo sa espiritwal na mundo na umiiral sa loob mo, isang mundo na walang-hanggan, puno nang kapayapaan at kagalakan. Ang mundong ito ay ang pinagmumulan ng liwanag sa iyong buhay.

Ano Ang Pentateuch?

Tulad nang ating nabanggit na, ang unang limang aklat ng Bibliya ay tinawag na Ang Torah, sa Hebreo (mula sa salitang *Horaa*, na ang ibig sabihin ay "tagubilin," o kaya'y mula sa salitang *Ohr* - "Liwanag"). Kapag ito'y dumarating para sa pagsusulong paitaas ng sinag na ipinadala pababa tungo sa kadiliman ng ating mundo, ang Liwanag ay ang iyong gabay. Ang iyong gawain lamang ay "sunggaban ito at humawak nang mahigpit." Habang inihahanda mo ang iyong sarili na sundin ang mga tagubilin sa manual na ito, ang espiritwal na mundo ay nagsisimulang bumukas sa harap mo, at naghahayag nang mga kasagutan sa lahat ng iyong katanungan. Habang naglilinis ng lahat nang mga paimbabaw na bagay, iyong magsisimulang makita nang malinaw na ang reyalidad ay unti-unting nagbabago sa iyong paligid. Iyong matatanto na sa buong buhay mo, ikaw ay natutulog, na sa buong panahon, inakala mong ikaw ay gising. Iyong matatanto na ang maraming bagay na itinuturing mong mga mahalaga ay sa katunayan ay hindi tunay na mahalaga. Lahat ng iyong mga naisip na totoo ay sa katunayan ay mali, at lahat nang mga makalupang kasiyahan ay hindi maihahambing sa kung ano na naghihintay sa iyo.

Kung hindi ka pa dumarating sa ganitong pananaw, basta humawak ka lamang sa pag-iisip na yaong: "Ang aklat na ito ay tungkol sa akin," at magiging ikaw ito. Maging walang-humpay sa pagsasaliksik nito sa loob mo, at sa likod ng mga kuwento ng mga ninuno, iyong mabubunyag ang kuwento ng iyong sarili. Sa pagitan ng mga salita sa mga pahina ng aklat, makakatuklas ka nang mga bagong salita, habang isang espiritwal na puwersa ay nagsisimulang ihayag ang sarili nito sa likod nang bawat titik, bawat simbolo at mga batas. At iyong aktwal na mararamdaman ang Liwanag na nagtitipon at naghahanap ng daan upang makapasok sa iyo - hindi sa iyong pisikal na katawan, na walang halaga, kundi sa iyong kaluluwa, na walang-hanggan.

Kapag ang Liwanag ay nakapasok at nagsimulang padalisayin ka, ang lahat ng mga bagay na tila kamangha-mangha at hindi tunay sa iyo noong una, ay magiging malinaw, makikita at natural.

Makalipas ang isang buwan nang tumpak na pagbabasa ng aklat, iyo na lang makikita ang bilang nang mga pagbabagong iyong pagdaraanan. Halos hindi mo na makikilala ang iyong sarili at ang iyong panloob na mundo. Ang iyong mundo ay magiging buo. Iyong magsisimulang makita at maramdaman na ang aklat ay tungkol sa iyong kaluluwa, na tinawag na Noah sa isang antas, at Abraham sa isa, at Moses sa isa pa, at sa gayon ay nagpapatuloy tungo sa kawalang-hanggan.

At ngayon, kung ikaw ay handa na, sisimula na natin ang ating kuwento.

Isang Maikli, subalit Mahalagang Paunang-Salita

Mahigit na 5,000 libong taon sa Mesopotomia, isang lugar na nagbigay ng marami sa mga kasalukuyang sibilisasyon, mayroong nabuhay na isang taong tinawag na Abraham. Halos lahat ng mga relihiyon at mga espiritwal na pangkat ay kinilala siya bilang kanilang tagapagtatag at patriyarka. Kanilang itinala ang kanyang pangalan sa kanilang mga banal na sulatin bilang unang tao na naghayag ng Batas sa likod nang pag-iral ng mundo, ang unang tao nakapagtamo ng Mataas na Pamahalaan.

Wala ng iba pa liban kay Abraham, ang pinaka-ninuno ng siyensiya na lumalampas sa lahi, isang siyensiya na pangsanlibutan, dahil ito'y lumitaw bago nahati ang mundo sa mga bansa at mga salita. Ito ay isang siyensiya na naglaho ng maraming beses sa loob ng mga daang taon, subalit patuloy na lumilitaw muli at higit pang nababalot ng mga alamat at mga kuwento.

Ang prosesong ito ay sinadya. Ang mga tao ay hindi pa handa na tanggapin ito sa ating kasalukuyang panahon na ang siyensiyang ito, na nakilala bilang "Kabbalah" ay nakatalagang maihayag. Bakit nagkaganoon? Ito ay nasusulat tungkol sa isang panahon na ang egoismo sa ating mundo ay mararating ang pinakahuling yugto nang pag-unlad nito at magiging napakalakas na ang sangkatauhan ay hindi makakayang makontrol ito, at mangangailangan ng isang lunas upang masagip ang sarili nito mula sa ego. Ito sa panahong iyon, na ang karunungan ng Kabbalah ay lilitaw.

Ang salitang "Kabbalah" ay isinasalin bilang "pagtanggap." Ibig sabihin, ito ay isang siyensiya tungkol sa kung paano ang wastong pagtanggap, o kaya'y paano gagamitin ng isang tao ang egoismo nang tama upang matanggap ang lahat ng kasiyahan na inihanda para sa sangkatauhan.

Ang Kabbalah ay hindi humahango sa pananampalataya. Inaanyayahan ka nito na "tikman at makita na ang Maylikha ay mabui." Mahal na mambabasa, hinihingi ko muli ang inyong pansin dito: "tikman at makita" ay hindi sinasabi na dapat kayong sumang-ayon sa mga bagay na sinasabi ng mga tao sa iyo. Ikaw mismo sa sarili mo ay dapat makamit ang pakiramdam sa Maylikha at ang Kabbalah ay naririto upang matulungan ka na magawa iyon.

Samakatwid, panghawakan mo ang iyong sarili, dahil habang umaangat ka nang antas kada antas, iyong mararanasan ang lahat nang uri ng sitwasyon. Sa bawat antas, iyong tatawagin ang Maylikha sa iba't-ibang mga pangalan, depende kung gaano ka kalapit o kalayo sa Kanya. Sa isang antas, tatawagin mo siyang Malupit; sa ibang banda, na Makatarungan, at sa iba pa, na Maawain o kaya'y Isa atbp., at lahat ay mararamdaman mo siya na ganoon. Bawat antas ay naghahatid nang bagong pangalan sa Maylikha.

Sa katunayan, ang mga katulad na bagay ay totoo sa ating mga buhay. Halimbawa, kapag nakaharap natin ang isang tao sa una, maaari natin sabihin na siya'y "suplado." Ngunit habang nakikilala natin siya, at nagiging magiliw sa kanya, ating sasabihin, "Hindi pala, marami pala siyang alam." Kakaibiganin pa natin siya at makikita natin na matalino siya, kalaunan na siya'y mapagmalasakit, at sa dakong huli'y - mapagkaibigan... bagamat nagsimula tayo sa proseso na "suplado." Ang ating pagtaya ay nagbabago habang natutuklasan natin ang kanyang mga katangian. Ang taong iyon ay dati nang ganito; kailangan lamang nating makikilala siya nang mabuti. Ito'y mahalaga para sa ating pag-unlad na maunawaan na hindi ang taong iyon ang nagbago, kundi na tayo'y nagbukas sa kanya, na parang tinanggap natin siya sa loob natin.

Yaon ay totoong kapareho para sa Maylikha. Habang nakikilala natin Siya, higit na ang Kanyang katangian ay natatamo natin, halimbawa, ang Kanyang mga pangalan. Ito ay nangyayari kapag ating totohanang ipinamuhay ang nilalaman ng Limang Aklat ni Moses, habang hinahayaan natin ang mga sulatin na dumaloy sa atin. Sa ganitong paraan ating natatamo ang mga pangalan ng Maylikha habang nagpapatuloy tayo sa aklat. Sa bawat antas - isang bagong pangalan. Gaano katagal aabutin ang prosesong ito? Hanggang sa matuklasan natin ang lahat ng mga pangalan ng Maylikha, sasamahan Siya, at tatamuhin Siya bilang lubusang Batas ng Pagmamahal.

Ang Lenggwahe ng mga Sanga

Ang Kabbalah ay bumuo ng sarili nitong lenggwahe. Ito ay tinawag na "lenggwahe ng mga sanga."

Ang kadahilanan para dito ay na walang bagay sa ating mundo na aksidente. Sa kabaligtaran, ang bawat bagay ay nalikha at pinamamahalaan nang may layunin at sadya.

Ang sansinukob, mga bato, halaman, mga hayop, at mga nilalang, ang lahat nang mga naganap, nagaganap at magaganap pa ay nagmumula sa, dumaraan sa lahat ng mga espiritwal na mundo at nagpapamalas sa ating mundo.

Umuna din tayo nang kaunti pasulong at banggitin na ang Maylikha ay mayroong isang sistema nang pamamahala sa ating mundo. Ito ay tinawag na "ang mundo nang *Atzilut*," na isinasalin na "Sa Kanyang lugar." Ang "Kanya" ay nangangahulugan na sa Maylikha.

Ang mundo ng *Atzilut* ay tulad ng isang utak, na kapag wala itong utos, walang bagay kailanman mangyayari sa ating mundo, wala, ni isang pag-iisip o kilos, digmaan o kaya'y siyentipikong pagkatuklas, tunay na lubusang wala... tulad nang nasusulat na, "walang isang insekto ang gagapang" o kaya'y "isang hibla ng damo ang gagalaw" nang walang pag-uutos mula sa Kanya.

Ang ating sansinukob, na maihahalintulad sa isang dambuhalang computer, ay pinamamahalaan sa pamamagitan ng mundong *Atzilut*.

Ibig sabihin, bawat bagay na umiiral sa ating mundo ay walang pasubaling nagmumula sa Mataas na Mundo, pagkatapos ay bumababa ayon sa mga espiritwal na antas. Mayroong isang matigas na kuneksyon sa pagitan ng mga bagay sa ating mundo at kanilang mga ugat sa Mataas na Mundo, na masasabing kanilang mga "espiritwal na katambal." Samakatwid, ang ating mundo ay isang kinahinatnan ng espiritwal na mundo.

Ang mga Kabalista ay malinaw na naramdaman ito dahil ang mga ito'y umiral sa dalawang mundo. Yaon ay kanilang nasilayan ang Mataas na Bagay - ang ugat kung saan ang bawat bagay ay lumilitaw, at mga bunga nito sa ating mundo - ang sanga.

Dahil ating tinatawag ang ugat sa pangalan nitong katumbas na ugat, at hindi sa kabaligtarang paraan, ang lenggwahe ng Kabbalah ay tinawag na "lenggwahe ng mga sanga," at hindi lenggwahe ng mga ugat."

Sa lenggwahe ng mga sanga, ang mga Kabalista ay nakakita ng isang paraan upang maipa-abot ang eksaktong impormasyon tungkol sa espiritwal na mundo gamit ang lenggwahe ng ating mundo.

Kanilang kinuha ang pangalan ng isang bagay sa ating mundo, sabihin natin na isang "puno," at ginamit ito upang ilarawan ang Mataas na Katumbas nito, ibig sabihin, ang puwersa na ang tawag ngayon ay "puno."

Ngunit paano kung ang isang tao ay hindi nalalaman na ang Lumang Tipan ay nasulat sa espesyal na lenggwahe na ito? Ano ang magagawa niyang makita dito kung gayon?

Ang kanyang makikita ay isang salaysay tungkol sa ating mundo, tungkol sa isang puno na tumubo sa paraiso o isang ulupong na bumubulong nang mga matatamis na salita sa tainga ni Eva.

Subalit ito ay tahasang pagkakamali. Ang ganoong pakahulugan ay minamaliit ang aklat na ito, na sinadya upang pag isahin ang ating mundo sa espiritwal na mundo, sa antas nang makalupang sulatin.

(Aking naaalala ang aking lola na nagtatahi ng mga tela na nagtataglay nang mga magagandang makulay na mga disenyo. Bilang isang musmos, aking hahayaan ang aking mga mata na magtamasa sa mga ito at maiisip na, "Ito ay paano ang mundo." Iyon ay hanggang aking nasulyapan ang likod nang binuburdahan at nakita ang isang magulong sala-salabid ng mga sinulid at mga pagkakabuhol-buhol. Sa unang pagtingin parang magulo ito. Kinalaunan, aking naunawaan na yaon ang ugat ng kagandahan. Na kung iyong papatirin maging ang isang buhol sa likod, ang buong magandang disenyo ay maghihiwa-hiwalay...)

Kaya tayo ay naririto, naghihintay upang matutunan na makilala ang ugat. Ating makikita ang disenyo sa harap, binubuo nang simpleng, makamundong mga salita, subalit nanaisin nating malaman kung ano ang nasa likod ng mga ito.

Habang binabasa natin ang Bibliya, ating matututunan na tumingin sa likod ng mga salita at makita ang mga puwersa na mga ugat ng mga ito. Dagdag pa, ang pinaka-intensiyon na basahin ang Aklat na ito, sa talagang ganitong paraan ay kaagad na mag-uugnay sa atin sa Mataas na Mundo. Yaon ay dahil ang bawat bagay ay nagsisimula sa layon at intensiyon ng mga mambabasa. Simula sa mga pinaka unang linya, ang Bibliya ay nagtakda nang isang simpleng layon: upang sabihin sa sangkatauhan kung paano magiging mamamayan ng espiritwal na mundo. Ito ay nagnanais na giyahan tayo patungo sa Maylikha, tungo sa kawalang-hanggan, tungo sa kaligayahan. At sinumang bumabasa nito, ay dapat tularan ang parehong intensiyon na: Ginagawa ko ito upang maihayag ko ang Maylikha.

Kaya ngayon, ating simulan ang ating paglalakbay tungo sa mga lihim nang pinakadakilang Aklat ng bansa at mga henerasyon. Handa ka na ba? Kaya humayo tayo! Ang unang kabanata ng Genesis ay tinawag na *Beresheet* at sa Hebreo ay isinasalin bilang "Sa Simula."

Kabanata 1: "Sa Simula"
(Genesis, *Beresheet*)

"Sa simula ang Maylikha ay ginawa ang langit at ang lupa. At ang lupa ay walang hugis at hungkag, at ang kadiliman ay nakalambong sa mukha ng kalaliman; at ang espiritu nang Diyos ay umaaligid sa ibabaw ng tubig."

Ang pagpapakahulugan sa mga salitang ito ay tunay na magpapasiklab sa isip na maghaka-haka kung ano ang hitsura ng Maylikha, kung paano Siya "gumagalaw," "nagsasalita," "nakakakita".... Walang hangganan ang lugar para magkathang isip: tubig, kadiliman, mukha ng kalaliman.

Subalit sino ang nangangailangan nang mga ganitong kathang-isip? Ito ay yaong mga nasa bitag nang mga hangarin ng ating pisikal na mundo, na nais makaalam ngunit hindi magtatamo, na mahilig magmuni-muni at makipagtalo, lalunat kung may ilang nakikinig.

Kung ikaw ay nasisiyahan pa rin sa mga kasiyahan ng mundong ito, kung gayon, humayo ka at tamasahin ang musika, sining at anupamang ibang kagalakan na ibinibigay ng mundong ito. Ngunit kung nais mong matamo ang espiritwal a mundo, dapat kang mag-abala ng mga bagay na sa pangkalahatan ay kakaiba - kailangan mo ang Maylikha.

Kung kailangan mo ng kasagutan sa mga katanungan na hindi ka mawawala, kung nais mong malaman kung bakit ka isinilang, ang layunin nitong malawak na sansinukob na ating kinalalagyan, ito ay nangangahulugan lamang ng isang bagay: ito ay nangangahulugan na nagsimula ka nang umakyat sa espiritwal na bahagdan.

Sa harap mo ay naghihintay ang pinakamataas na baytang na ang isa ay magagawang matamo. Ito ay ang *Beresheet* - ang panimulang kabanata sa Aklat ng Genesis. Ang pinakamataas na katayuan na inilarawan doon ay magagawang matamo lamang sa katapusan ng pagwawasto.

"Sa simula ginawa ng Diyos ang langit at ang lupa." Ang siping ito ay nagsasabi nang pagkakalikha ng Mataas na Mundo - isang lugar kung saan ang iyong kaluluwa ay makaka-iral. Ang iyong "Ako" ay hindi pa napupukaw; hindi mo pa nauunawaan ang iyong sariling pag-iral. Tanging ang kapaligiran pa lamang ang nalikha - ang Makalangit na Ina kung saang sinapupunan na ikaw ay mabubuo.

Kaya ano ang kapaligirang ito? Ako ay mauuna nang bahagya at sasabihin ito: ang mga salitang "ginawa" at "sa simula" ay nagpapahiwatig sa pagkakalikha ng dalawang katangian - egoistiko at altruistiko - ang pagitan kung saan ang iyong kaluluwa ay papaimbulog.

".... ang lupa ay walang hugis at hungkag." Ito ay kung saan ang espiritwal na mga salita ay unang lumitaw. Ang salitang "lupa" sa Hebreo ay *Eretz*, mula sa salitang *Ratzon* - hangarin. Samakatwid, ang lupa ay tumutukoy sa hangarin. Mula rito tayo'y mag-uusap lamang tungkol sa hangarin, sapagkat ang hangarin ang nagtatakda nang bawat bagay.

"...ang lupa (hangarin) ay walang hugis at hungkag." Ito'y sumusunod na ang hangarin ay hindi pa nabubuo (walang hugis at hungkag), ibig sabihin na wala tayong hangarin na ihayag ang espiritwal na mundo.

Kaya ano ngayon ang naroroon? Tanging isang malinis na papel na nakahandang itala ang kasaysayan ng sangkatauhan, ang kasaysayan ng isang kaluluwa. Ito ang kung ano ang tinutukoy ng siniping yaon - ang pinakasimula, ng ang espiritwal na mundo ay nabuo sa kalooban mo. Ibig sabihin, sa kabanatang ito, sinisimulan nating suriin ang pagkakasugpong ng mga puwersang unang lumitaw. Ang mga ito'y binuo ang mundo kung saan ang tao (si Adan ang iyong espiritwal na "Ako") kinalaunan ay lumabas. Ang mga ito'y nilikha ang kapaligiran na ang tao ay mananahan. Ang "Tao" ay ang espiritwal na hangarin na sumibol sa loob.

Maaari mong itanong: "Kung ang mga puwersang ito ay nasa loob ko, bakit hindi ko sila nararamdaman?"

Una sa lahat, mararamdaman mo ba kung paano gumagana ang iyong mga bahagi, tulad nang paano nagtutunaw ng pagkain ang iyong sikmura, paano ang iyong baga ay humihinga? Hindi mo ito magagawa.

Ang mga prosesong ito ang lubusang nagtatakda ng iyong pisikal na pagkabuhay, subalit hindi mo nararamdaman ang mga ito.

Ang kaparehong prinsipyo ay mailalapat dito. Ang iyong espiritwal na buhay ay nabuo ng mga masalimuot na mga prosesong hindi ninyo nararamdaman hanggang magsimula kang magkaroon nang puspos na hangarin maging kabahagi o mas mainam pa, ay maging kalahok sa nakakamanghang laro na ito.

Ito ang kung paano ang iyong kaluluwa ay nabuo. Kumikilos sa iyo ngayon ay ang iyong mga Dakilang Ninuno - ang mga puwersa ng mundo ng *Atzilut*. Ang iyong panahon ay dumating na - ang sandali para sa iyo na isilang. Sa mas maaga o mas huli man, kapag iyong tinawid ang lahat ng antas ng pagwawasto, ikaw ay makakaharap ang iyong mga "kamag-anak." Pansamantala, dapat kang maging matiyaga.

May isang, di-matatagos na pansala (screen) ang naghihiwalay sa iyo sa bawat bagay na nagaganap sa loob, hindi mo nakikita o kaya'y nararamdaman ang anumang bagay sa pamamagitan nito. Ito'y patuloy na lumalaki sa pagkapal sa mahabang panahon (gamit ang makalupang pananalita), na ginagawa kang higit na egoistiko at interesado lamang sa panlabas, sa halip na panloob na mga bagay. Parami nang parami, naging mapag-alala ka sa iyong katawan, sa halip na sa iyong kaluluwa. Balikan mo lamang ang lahat ng mga hangaring sumibol sa loob mo sa iyong buong buhay, at gaano kalayo ang mga ito sa espiritwalidad.

Ang pansala ay patuloy na kumapal nang suson kada suson, na sumikil sa mga espiritwal na hangarin sa loob mo hanggang sa matagpuan mo ang iyong sarili sa patay na daan. "Ano ang nakapalibot sa akin? Mga katawan at iba pang mga katawan. Sila'y kumakain, gumagawa ng pera, nagpaparami ... Ano ang naghihintay sa hinaharap sa akin? Kamatayan? Ngunit kung yaon ang usapin, kung ganoon, ano ang layon nang aking pag-iral?

Ito ang mga katanungan na nag-udyok sa akin na tumahak sa landas "pabalik sa mga pinag-ugatan," sa *Beresheet*, " sa simula." Sa katotohanan ang landas na ito ay papunta sa Liwanag. Ikaw ay aakyat patungo sa mga puwersa na namamahala sa mundo. Bawat espiritwal na antas sa landas ay isang misteryo. "Ano pang ibang malalaking surpresa na ang Maylikha ay inihanda para sa akin?"

Ito kung paano nating unti-unting sisimulan ang paglilinis ng ating mga sarili nitong maitim na balot na tinawag na "egoismo," sapagkat ito'y pumipigil sa atin na mabuhay, na huminga, na makakita. Parami nang parami, mauumpisahan nating buklatin ang ating mga kaluluwa - isang kumplikadong mekanismo para matamo ang espiritwal na mundo.

Ang kasiyahan na nakasadya nating maranasan ay walang pasubali. Ito ay ang buong katiyakang inihanda para sa atin. Dito ay nakasalalay ang layon nang paglikha - ang matigib tayo, ang Kanyang mga nilikha, nang pakiramdam nang kawalang-hanggan at perpeksiyon. At sapagkat ang Maylikha sa Sarili Niya mismo, ay walang hanggan at perpekto, nais Niyang ibahagi ang Kanyang katayuan sa Kanyang mga nilikha.

Kung gayon, huwag natin Siyang paghintayin.

"At ang Diyos ay nagsabi, 'Hayaang magkaroon ng liwanag! At nagkaroon ng Liwanag." Ganito kung paano ang espiritwal na mundo ay nalikha. Ito ang kung paanong ang mga puwersang ating nabanggit sa una ay nagsama-sama at itinakda ang eksaktong pagtatahanan ng darating na kaluluwa. Ito ay maninirahan sa Liwnang at matitigib sa pamamagitan nito.

Ano ang Liwanag? Anuman ang iyong gagawin, huwag mong tatangkain na ipangitain ito. Ito ay walang-patutunguhang gawain, simpleng dahil ang ating korporyal na mga sapantaha ay masyadong makitid upang mailarawan ito nang tama. Ating inihahambing ang Liwanag sa sinag ng araw, o kaya'y ang pakiramdam ng panloob na pagkakaisa.

Ang Liwanag ay ang tanging bagay na umiiral. Ito ay pumapalibot sa atin - sa ating kaluluwa, sa ating buong mundo, at sa buong sansinukob. Ito ay ang katangian ng Maylikha, ang katangian ng ganap at lubos na pagkakaloob. Ito ang batas ng Pag-ibig at Kabutihan. Ang Liwanag ay ang lahat ng mga iyon.

At kung matanto natin ito nang mas maaga, mas mabilis nating mapapangibabawan ang lahat ng mga pagdurusa ng mundong ito, na ipinagkakaloob sa atin para sa isang kadahilanan lamang - upang matulungan tayong matanto na kailangan nating "bumalik" doon - sa katulad na Liwanag ng Pag-ibig.

"At nakita ng Diyos ang Liwanag, na ito ay mabuti; at ang Diyos ay hiniwalay ang liwanag mula sa kadiliman." Kung ang Liwanag - ang lubusang pagkakaloob, ang dakilang batas ng Maylikha ng altruismo - ay umiiral, ito ay nangangahulugan, na mayroon ang Maylikha na nais na bigyang kagalakan, yaong mga nais Niyang pagkalooban nang lahat ng bagay na mayroon Siya.

Ang papel nang "sinuman" na ito ay ipinagpalagay na sa Paglikha.

Ang Paglikha ay tayo. Ito ay ako, ang buong mundo, ang mundo sa loob ko.

Tayo ay ang mga taga-tanggap.

At samakatwid, may dalawang katayuang hindi umiiral noong una ay nabuo, ang pagkakaloob - ang katangian ng Maylikha (ang Liwanag), at pagtanggap - ang katangian ng Paglikha.

Ang siniping, "At ang Diyos ay hiniwalay ang liwanag mula sa kadiliman," ay tumutukoy sa prosesong ito - ang pagbubuo ng dalawang katayuan: ang Liwanag at ang kadiliman, ang katangian ng Maylikha at katangian ng Paglikha, nang pagkakaloob at pagtanggap.

Ang prosesong ito ay nakapaloob sa pinaka unang salita sa Aklat ng Genesis - sa *Beresheet*, na nagmula sa salitang *Bar* (Aramaic: labas), ibig sabihin paglisan ng Paglikha mula sa Maylikha, ang paglabas nito mula sa "sinapupunan" ng Maylikha.

Ang salitang *Beresheet* ay sumasakop sa kabuuang landas ng sangkatauhan at nang lubusang kahulugan ng Bibliya. Nakapaloob dito ay ang pagkakaunawa na ikaw ay lumuwal mula sa sinapupunan ng Maylikha at dapat makabalik sa Kanya kasunod ng isang mahabang landas nang lumalaking egoismo na ang lahat ng sangkatauhan ay dapat pagdaanan. Para maganap ito, dapat mong maunawaan na ikaw ay ganap na napalayo mula sa Maylikha at nilubog ang iyong sarili sa egoismo, na ikaw ay hindi mainam ang pakiramdam at ang egoismo ay ang sanhi ng iyong karamdaman.

Dagdag pa rito, ang sakit na egoismo ay naapektuhan ang buong mundo, at winawarak ito sa maliliit na piraso. Pagkatapos mo lamang maunawaan ito na magagawa mong tumahak sa landas pabalik sa Maylikha. Habang sumusulong ka sa landas na ito nang pagwawasto ng iyong egoismo, ikaw ay aani ng gantimpalang higit na malaki kaysa sa anumang bagay na maguguni-guni mo - na makakamit mo ang Walang-Hanggan. Matatamo mo ang walang hangganan, walang takdang kasiyahan. Makakasama mong muli ang Maylikha sa isang mas mataas na dahil itong pag-iisa na ito ay ng may *buong kamalayan*.

"At tinawag nang Diyos ang liwanag na Araw at ang kadiliman tinawag Niya na Gabi. At nagkaroon ng gabi at nagkaroon ng gabi at umaga, isang araw." Dalawang katayuan ay nabuo sa loob mo. Liwanag - pag-angat, pagkakaloob, isang altruistikong katangian, at kadiliman - pagbaba, pagtanggap, isang egotistikong katangian. Ang paghihiwalay at pagkilala sa pagitan ng dalawang ito ay ang iyong unang hakbang tungo sa pagwawasto. Ang katayuang ito ay tinawag na "Unang Araw ng Paglikha."

Unang Araw

Ang bawat isa sa atin ay binubuo ng dalawang magkasalungat na katangian: kadiliman at liwanag, gabi at umaga. Ang mga katayuang ito ay kumakatawan sa ating espiritwal na pag-angat at pagbaba. Ang pag-angat at pagbaba ay walang anumang kaugnayan kung magkanong salapi ang iyong kinita o nawala, ngunit kung gaano ka kalapit o kalayo sa Maylikha, at samakatwid mula sa Kanyang katangian nang pagkakaloob.

Samakatwid, kapag ang pakiwari ng "araw at gabi" at "gabi at umaga" ay nabanggit sa Genesis, dapat malaman na ang mga ito'y tumutukoy sa iyong mga nagbabagong katayuan. Ang tunguhin sa espiritwal na pag-unlad ay upang makatagpo nang mga kaparaanan na mapanatili ang pagbaba nang panandalian, at mabilis na lumipat sa kasunod na yugto - ang pag-angat, ang umaga.

Ang sikreto nang maganda at masagwang katayuan ay magagawang mailarawan sa pamamagitan nang lapit sa Maylikha: kapag ako ay malapit sa Kanyang katangian nang Pag-ibig, tinatamasa ko ang isang katayuan nang pag-angat, at mabuting pakiramdam. Habang lumalayo ako sa Batas na ito, higit akong nakakaranas nang isang katayuan nang pagbaba, at masamang pakiramdam. Bagamat aking palagiang isinisisi ang aking kawalan ng pag-asa sa mga korporyal na bagay tulad nang karamdaman, kakulangan ng pananalapi, nakakapanlatang maghapong trabaho o kaya'y away mag-asawa, ang mga kadahilanang ito ay hindi totoo. Ang sitwasyon sa aking pagtingin ay lumilitaw para sa akin na ganito dahil sa aking di-wastong katayuan, kapag ang ugat - ang puwersa na talagang humihila nang mga tali - ay nakakubli sa akin. Kaya aking natatagpuan ang aking sarili na nakalubog sa aking "Ako," sa aking egoismo, sa halip na magsumikap sa abot nang aking makakaya na makalabas mula dito.

Subalit ang katotohanan na kahit gaano ko pagsumikapan na subukan, wala akong kakayahan na magawa ito. Gayunpaman, ang marubdob na pagsisikap ay ang nagdadala sa akin sa totoong panalangin, na hindi natatagpuan sa isip, kung hindi sa puso. Ito ang eksaktong dalangin na ang Maylikha ay ninanais mula sa akin, isang dalangin na Kanyang sinasagot kaagad at walang sablay.

Ang "panalangin" ay isang pahimakas, isang kahilingan na isinisilang sa aking puso. Ito ay "nakatimo" dito, sa halip na binabasa sa isang aklat ng panalangin. Ang panalangin ay ang aking desperadong panawagan para sa tulong, para sa paglaya, isang pahimakas sa Maylikha, pagsusumamo sa Kanya na huwag akong pabayaan sa tanikala ng egoismo.

Kailan dumarating ang ganitong uri ng panalangin? Sa sandaling matanto ko na hindi ko makakayang takasan ang nakamamatay na mahigpit na pagkakahawak sa pamamagitan nang aking sarili lamang. Sa sandaling iyon lamang ako ay bumabaling sa Maylikha para sa tulong, pinakikiusapan Siya na gawaran ako nang kinakailangang lakas.

Ito ang eksaktong dalangin na ang Aklat na ito ay itinuturo sa Sinasabi nito sa akin na ang lahat ng mga katayuang ito ay kinakailangan para sa pag-unlad ng aking kaluluwa. Walang maaaring umaga ng walang gabi; Hindi ako makakaramdam nang pag-angat kung hindi pa ako nakaranas nang pagbaba. Kaya ang mga ito ay bumubuo nang kabuuang espiritwal na hangarin; magkasama ang mga ito'y "gabi at umaga," pagbaba at pag-angat na nagsama at naging "isang araw."

"At nagkaroon ng gabi at nagkaroon ng umaga, isang araw." Ito ay isang espiritwal na daluyan, ang tanging isa na may kakayahang tumanggap ng Liwanag.

Kaya, ating balikan ang mga "araw ng Paglikha" na tinukoy sa pinaka umpisa ng Genesis. Ang mga siniping ito ay ipinaliwanag nang buong katiyakan kung ano ang iyong kailangang gawin sa iyong kaluluwa sa bawat isang "araw." Halimbawa, sa "unang araw" kailangan mo lamang maramdaman na ang Liwanag (katangian ng pagkakaloob) ay umiiral at yaon ay kaagad na pupukaw ng mga kaisipan kung anuman ang iyong panloob na "araw at gabi," ng "umaga at gabi." Ang mga ganitong panimulang pandama ay magsisimulang gumalaw sa loob mo. Ang kapaligiran ay inihahanda para maging tahanan ng kaluluwa, para sa nilalang na lilitaw sa loob mo.

Pangalawang Araw

"At ang Diyos ay nagwika, 'Hayaang magkaroon ng isang papawirin sa kalagitnaan ng mga tubig, at hayaang hatiin ang mga tubig mula sa mga tubig.' At ang Diyos ay ginawa ang papawirin at hinati ang mga tubig na nasa ibaba ng papawirin mula sa mga tubig na nasa ibabaw ng papawirin, at ito'y nagkaganito. At ang Diyos ay tinawag ang papawirin na Langit. At nagkaroon nang gabi at nagkaroon nang umaga, sa pangalawang araw.

Huwag magpatali sa pag-iisip na ang lahat ng mga bagay ay tigib ng tubig, sapagkat ang sipi ay bumabanggit ng mga bagay na lubusang kakaiba.

Ang salitang "tubig" sa Genesis ay tumutukoy sa Liwanag ng Awa. At ang nalikhang kalawakang tinawag na "langit" ay nagpapahiwatig sa pangangailangan na paghiwalayin sa loob ko ang mga isipin at hangarin, upang makita kung alin sa mga ito ang mga Liwanag (ibig sabihin "langit"), at alin sa mga ito ay mga kadiliman. Ang mga maitim na hangarin ay tinatawag na "lupa," subalit higit pa nating pag-uusapan ang mga ito.

Ito ang pinaka unang kautusan na iyong dapat na gampanan. Matapos lamang na ang kaluluwa ay mabubuo. (Tandaan na dito rin, ang Lupa ay nabuo gawa ng tubig, ibig sabihin, sa katangian ng Maylikha na awa).

"At ang Diyos ay nagsabi, 'Hayaang ang mga tubig sa ilalim ng langit ay matipon sa isang lugar, at hayaan ang tuyong lupa ay lumitaw." At naging ganito. At ang Diyos ay tinawag ang tuyong lupa na Daigdig."

Ang paghihiwalay na ito nang "langit" at "Lupa" - mga maliwanag na kaisipan mula sa mga madilim na kaisipan - ay tinawag na "pagkamulat sa kasamaan." Ito ay isang katayuan kung saan iyong malinaw na mauunawaan na sa pinaka loob mo ay humihimlay ang kasamaan na dapat maiwasto, o kaya'y hindi mo kailanman mararating ang espiritwal na mundo. At kung ang hangarin na matamo ang espiritwal na mundo ay namumuhay sa iyong puso, at binabagabag ka, gagawin mo ang kung anuman ang kinakailangan upang mapalinis ang iyong sarili nang kasamaang ito. Gayunpaman, ang iyong unang hakbang ay ang ibunyag at kilalanin ang kasamaang nasa kalooban.

Pagkilala sa Kasamaan

Ang pagkilala sa kasamaan ay nagaganap sa pag-aaral ng mga aklat ng Kabbalah, na sinulat ng mga Kabalista na nasa mataas na antas nang espiritwalidad. Ang mga aklat na ito ay nagtataglay ng espesyal na kaliwanagan na walang palyang nakukuha sa pamamagitan nang pagsisikap na maunawaan ang kahulugan ng mga nakasulat. Kaagad sa pag-aaral, iyong magsisimulang maramdaman kung gaano ka kalayo sa liwanag na ito, na kumakatawan sa di-makasariling pag-ibig at pagkakaloob. Ito'y tumutulong sa iyo na matanto na ikaw ay isang egoista, na palaging nagpupumilit na gamitin ang bawat isa sa iyong paligid para sa iyong sariling kapakinabangan.

Ang kaliwanagan ay kapayapaan at kaligtasan, samantalang ikaw ay nauupos sa pangamba at kabalisahan. Ang kaliwanagan ay pang walang hanggan, at maaliwalas na buhay, samantalang ikaw ay hila-hila ng isang kaawa-awang pamumuhay na tigib ng pagdurusa, na sa dulo nito ay humahantong sa kamatayan.

Nais mong maging bahagi ng Liwanag. Ginawa mo itong iyong layon, alam mo na ito ay maaaring mangyari, ngunit paano mo lilinisin ang iyong sarili at maging katulad ng Liwanag?

Kung patuloy mong gagamitn sa iyong sarili ang lahat nang sinasabi ng aklat na ito, kung sisikapin mong tanggapin na ang mga ito ay isinulat para sa iyo, at tungkol sa iyo, hindi magtatagal na iyong maramdaman ang mundo sa paligid mo na nagsisimulang magbago. Ito ang simula ng proseso ng iyong pagpapadalisay ng kasamaan, ang iyong unang hakbang tungo sa Liwanag.

Datapwat ang landas ay batbat nang di-maiiwasang mga kalagayan nang pagbaba. Kapag ang mga sandaling yaon ay dumarating, paano mo pagtitiisan at iiwasan ang pagsasabi ng ilang bagay tulad ng, "Ang layon ay imposible, ako ay napakahina at marapat na manatili na lamang sa mga usapin ng mundong ito, walang saysay na mangarap ng walang katapusang kasiyahan, ako'y pagod at hapo na."

Paano mo matatagalan ang mga nakakapanlumong kalagayang ganito? Buweno, mayroong remedyo, pansamantala, sa ngayon dapat mong pakinggan muna ang iyong sarili, dahil ang iyong buong espiritwal na buhay ay nakasalalay doon. Unti-unti, iyong matututunan na pakasuriin kung ano sa iyong mga katangian ang may kinalaman sa espiritwal, at alin ang sa hayop, alin ang naghahatid sa iyo nang pandama ng buhay at alin ang pakiramdam nang kamatayan. Ang iyong pagkilala nang kasamaan ay patuloy na lalago hanggang ito'y maging lubusan. Yaon ang magiging makatotohanang pagtawid sa espiritwal na hangganan, isang patunay na ikaw ay gagantimpalaan ng isang pamamaraan.

Pagbabalik sa "Ang Langit at ang Lupa"

Tandaan ang mga sumusunod na konsepto sa Kabbalah, sapagkat kakailanganin mo ang mga ito mula rito: ang "Langit" ay nangangahulugan nang katangian ng pagkakaloob. Kapag nakamit, ang nilikha ay napupuno ng Liwanag ng Awa – ang kasiyahan nang pagiging katulad ng Maylikha.

Ang "Langit" ay nangangahulugan nang kislap ng Maylikha sa loob mo, isang maliit na gabutil nang lubusang di-makasariling pagkakaloob at pagmamahal na iyong matutuklasan sa loob. Ito ang eksaktong katangian ng "langit" na nagbubunsod nang pakiramdam na kabalisahan, na nagtutulak sa iyo na buong pagpupumilit na hanapin ang ilang bagay na hindi umiiral sa mundong ito.

Ang "Lupa" ay ang lahat nang iyong maka-egotistikong hangarin. Itong buong mundong ito ay itinayo sa mga ito.

At sa pagitan nang dalawang magkasalungat na ito – "ang langit at ang lupa" ay ang iyong kaluluwa. Ang katayuang ito ay mabuway, na parang nakasampay sa isang tali.

Batay dito sa dalawang puwersa, sa mga panahon nang pag-angat ang kaluluwa ay napapalapit sa langit, sa pagkakaloob sa Maylikha, at iyong mararamdaman na parang ikaw ay lumilipad habang ang kagalakan ay nangingibabaw sa iyo. Sa panahon nang pagbaba, ang kaluluwa ay babagsak sa lupa, sa mga hangarin ng katawan, sa *egoismo*, at ikaw ay puno nang mga makamundong alalahanin, mga kalkulasyon, pangamba para sa hinaharap, at lubusang kakulangan ng pananampalataya.

Ito ay katulad sa paano tayo naninimbang habang tayo'y lumalakad, ang ating mga paa ay nagsasalitan sa paglakad: una ang kanan, pagkatapos ang kaliwa.

Ang proseso nang pagwawasto ay kapareho. Iyong matatagpuan ang iyong "ginintuang paraan," ibig sabihin, iyong gagamitin ang iyong likas na egotistikong hangarin sa pamamagitan ng pagbabago nang anyo nito tungo sa isang altruistiko, upang makaakyat sa espiritwal na bahagdan patungo sa Maylikha, upang sa huli'y makamit ang Kanyang katangian ng pagkakaloob.

Maaari ring sabihin na ang pagwawasto ay bumabalangkas sa mismong pag unawa na ang katangian ng pagkakaloob ay umiiral, na ito ay dapat makamit, at marapat na gamitin ang iyong egoismo - ang "lupa" - upang makamit ang layong ito.

Ang iyong kabuuang layunin ay upang mapaikli ang sandali nang pagbaba, na hindi ito hayaang tumagal ng mga buwan, mga linggo, o kahit mga oras, bagkus saglit lamang.

Dapat mong palagiang linangin ang "langit" sa sarili mo. Marami tayong "lupa." Dahil isinilang tayong egoista, ang ating bung buhay ay tigib ng "lupa." Gayunpaman, mayroon lamang tayong isang maliit na kislap ng "langit," at ang kislap na ito ay dapat pagningasin.

Magbalik isip sa iyong "nakaraang" buhay kung saan tatanawin mo ang nakapaligid na mundo gamit ang salamin ng iyong "masiglang" egoismo. Nang panahong iyon, anumang pagbanggit tungkol sa espiritwal na mundo ay parang nakakapagligaw lamang sa iyo sa mga tunay at kapaki-pakinabang na mga pagkaka-abalahan.

"May ginagawa ako rito, sasabihin mo, "nagtayo ng negosyo, pinupursigi ang karera, nagsisimula ng isang pamilya, at ang mga taong ito ay ginagambala ako nang kanilang mga kuwento tungkol sa langit." Na yaon, sa iyong pananaw, ang espiritwal na mundo ay walang silbi at hindi dapat pagaksayahan.

Ngayon, kahit paano, na ang iyong bokabularyo ay pinayaman nang mga bagong terminolohiya, tulad ng "lupa," "langit," "egoismo," "pagkakaloob," "buhay," "kamatayan," at "ang lihim ng Paglikha," ang espiritwal na mundo ay nagkaroon nang kahalagahan at nain isang hangad na tunguhin. Ngayon ito ay naging tunay na isang mundo at hindi na isang punto. Patuloy kang nagpupursigi ng iyong karera, gumagawa ng negosyo, nagtatayo at nagpupundar ng iyong tahanan, subalit hindi ito nakakapagligaw sa iyong pagsulong sa espiritwal na landas. Nais mo nang mabuhay sa parehong mundo, at iyo nang nauunawaan na ito ay maaari.

Ang mga Kabalista ay naiiba sa iba pang mga tao, sa kanilang kakayahan na gamitin ang altruistikong katangian ng "langit" na iwasto ang egotistikong katangian ng "lupa." Hindi kailanman na kanilang tinangka na supilin o lipulin ang egoismo.

Ang pagwawasto ay binubuo ng pitong katayuan, na tinawag na "pitong araw." Hindi kataka-taka, na ang mga araw na tinuring ay walang kinalaman sa atin makamundong kalendaryo. Ang pagwawastong ito ay maaaring maganap sa loob ng segundo o kaya ay tatagal ng isang taon o kaya'y maraming taon, habambuhay, o kaya'y maraming habambuhay. Ito ay nakasalalay lamang sa iyo.

Ito ay nasusulat sa Genesis: At ang Diyos ay nagsabi, "Hayaan ang mga tubig sa ibaba ng kalangitan ay matipong magkakasama sa isang lugar, at hayaan ang tuyong lupa na lumitaw."

Kaagad, habang ang iyong ulirat ay napupuno ng Liwanag nang mga isipin tungkol sa Maylikha at ng Mataas na Mundo, ikaw ay magsisimulang makaramdam naa ikaw ay binubuo nang mga katangian na tuwirang kabaligtaran ng Liwanag. Ang iyong mga katangian ay egoistiko, tulad ng, 'makalupa," kaya nga ang pariralang, "Hayaan ang tuyong lupa na lumitaw." Nagsisimula

Ni Semion Vinokur

kang mag-isip tungkol sa maaaring gawin upang ang buhay ay lumitaw, para sa mga unang usbong nang pagkakaloob ay lumitaw. (Ito ay inilarawan sa Aklat ng Genesis bilang paglitaw ng mga buhay at di-buhay na mga organismo.) Hindi mo na nais na mabuhay na tulad ng dati. Simpleng hindi mo na mahahayaan ito. Mayroon nang puntong nabuhay sa iyong puso, isang punto na nasa tuwirang ugnayan sa Maylikha, at hindi ka hinayaan nito magkaroon ng katahimikan.

Ang "puso" ay kumakatawan sa lahat nang egotistikong mga hangarin ng mundong ito, samantalang ang "punto ng puso" ay ang usbong ng Maylikha. Ito rin ay maitutulad sa isang lubid ng buhay na ang Maylikha ay inilalawit sa ating mundo, upang atin itong sunggaban at umakyat sa Kanya.

Kung gayon, paano makapagsisimula ang espiritwal na buhay sa lupa? O kaya gamit ang lenggwahe ng Kabbalah, paano ko gagamitin ang aking mga egotistikong hangarin (lupa) upang palaguin ang mga unang usbong ng pagkakaloob sa loob ko? Paano ko babasagin ang aking egoismo upang makatagos tungo sa Maylikha?

Ito ay nagagawa sa tulong ng isang espesyal na Liwanag na Kanyang ipinapadala sa atin. Dalawang tipo ng Liwanag ang nagbubuhat mula sa Maylikha. "Ang Liwanag ng Buhay" at ang "Liwanag ng Awa." Buong katiyakan, ganito kung paanong ang nilikha ay natatanggap ang mga ito.

Sa paggamit ng katangian ng Liwanag ng Awa, na tinawag "tubig,' iyong nakakamit ang kakayahan na magkaloob. Ano ang ibig sabihin nito patungkol sa iyong pisikal na buhay at paano mo ito makakamit? Dapat mong "linisin" ang iyong sarili sa pagbabasa ng mga aklat na ginawa noong mga natamo na ang espiritwal na mundo, sumulat sa atin mula sa kanilang kataasan. Sa ganitong paraan, iyong naaakit ang pinagmumulan ng Mataas na Liwanag, na taglay ng mga aklat na ito.

Dito nakasalalay ang iyong espiritwal na gawain. Ang mismong proseso nang pagbabasa ay kaagad na nakakatulong, ngunit kung lalapitan mo ito nang may hangarin na magbago, na maging katulad ng Liwanag, upang linisin ang iyong sarili ng iyong egoismo, ang Liwanag ay iimpluwensiyahan ka sa malaking bahagi. Buong katiyakan na itong impluwensiya ng Liwanag ang naghiwalay sa mga sinulat ng mga Kabalista mula sa ibang mga sulatin sa ating mundo.

Yaon ang sandali na ang "buhay ay lumitaw sa lupa," ibig sabihin nagsimula kang mahiwatigan nang malinaw ang unang, murang mga usbong ng espiritwal na mga hangarin. Ang mga hangaring ito ay hindi pa ganap na kumakapit sa iyo. Sa halip, ang iyong katayuan ay tulad ng sa isang sanggol na hindi pa natututong lumakad, subalit nagagawa nang gamitin ang mga paa na sumipa. Higit pa, ikaw ay tulad noong mga unang pamumulaklak - hindi makayang kumilos, ngunit naaakit patungo sa araw.

Sa pagsapit ng gabi, ikaw ay naluluoy, sapagkat ang gabi ay maihahalintulad sa mga katayuan nang pagdadaosdos, na hindi mga maiiwasan at nangangahulugan lamang ng isang bagay: na ikaw ay sumusulong. (Sa katotohanan, ang mga balakid ay ipinapadala lamang doon sa mga sumusulong. Ang mga hadlang ay kinakailangan para sa pagpapalakas ng tatag upang makapaglunsad nang "panloob na digmaan" at makarating sa tunay na dalangin: "Alam ko na ang umaga ay darating at ako ay humihingi nang lakas upang makatagal, upang mapangibabawan ang lahat nang mga pagdaosdos. Alam kong sa kasalukuyan, ako ay dumadaan sa paglilinis ng aking mga hangarin, na tumatanggi at nanlalaban, hinihingi na ang prosesong ito ay ihinto, nakikiusap sa aking pagunawa at katwiran. Subalit ayaw ko silang marinig. Sa halip, hinihiling ko sa Iyo ang kalakasan upang makatagal…"). At ang umaga ay walang palyang dumarating - ang katayuan nang pag-angat, may tiwala sa kaalamang ikaw ay kumilos nang wasto sa pagpili sa epiritwal na landas - at tulad nang isang bulaklak, magbubukas sa Liwanag.

Ating bigyang-diin. "Lupa" - ang egoistikong katangian - ay ang ating kalikasan. Atin nang nalalaman na ang "pag-aararo" ay dapat maingat na gawin. Nalalaman din natin na ang "tubig" (Liwanag ng Awa) ay ang ating pangunahing katulong. Ito ang nagwawasto ng ego, dinidilig ang lupa, at pinabibilis ang kundisyon para ang bagong buhay ay isilang. Ang "buhay" ay tumutukoy sa katangian nang pagkakaloob, ibig sabihin yaong wastong paggamit ng egoismo - para sa kapakinabangan nang iyong sarili at ng iba pa.

Maaari mong itanong, "Ano ang "naiwastong egoismo?" Ito ay ang katayuan kung saan ikaw ay nakakaramdam nang kaligayahan mula sa pagbibigay nang kasiyahan sa mga tao sa iyong paligid at hindi sa paggamit sa kanila para sa iyong kasiyahan. Ang kaligayahang ito ay maaari lamang maramdaman sa gayong katayuan, na katangian nang espiritwal na mundo.

Ano ang nakikita mo sa ating mundo? Ang iyong mata ay napapansin ang lahat nang uri ng mga bagay, mga halaman, mga katawan. Paano ka umuugnay sa mga ito? Mahal mo ang mga ito kapag sila'y naghahatid sa iyo nang masarap na pakiramdam, at namumuhi ka sa mga ito kung hindi mga ito nagdudulot sa iyo nang kasiyahan. Ibig sabihin, ang iyong pagtingin sa mga ito ay lubos na egoistiko.

Ano ang mangyayari kapag iyong iwinasto ang iyong egoismo, o kahit sinimulan mo lamang ang prosesong ito sa hakbang kada hakbang na pagwawasto. Kaagad ikaw ay magsisimulang mapansin ang mga bagay na hindi mo dating napupuna. Sa pamamagitan nang kathang-isip na mundong ito, magsisimula kang makita ang tunay na mundo, isang mundo na dati nang umiiral sa paligid mo, isang mundo na puno ng Liwanag, Pag-ibig, at magkatugunang pagkakaloob, ang mundo ng Maylikha, ang tinaguriang "mundong darating."

Hindi mo kailanman nakita ito dahil ikaw ay tigib nang kadiliman, at pagkamuhi, ito ay nakakubli sa iyo dahil sa iyong sariling ego.

Ang iyong mundo at "ang mundong darating" ay walang anumang bagay na magkatulad, dahil sila ay umiiral sa magkaibang batas. Maraming tao ang mayroong mga maling akala na "ang mundong darating" ay isang lugar na kanilang hahantungan matapos silang pumanaw.

Hindi ganito. "Na darating" ay nangangahulugan na ito ay ang iyong kasunod na katayuan, kung saan dapat mong matamo hindi matapos pumanaw, bagkus sa iyong habang-buhay, dito at sa ngayon. Sa sandaling ilagay mo ang iyong sarili sa pagkakatugma sa "mundong darating," iyong makakamit ang kakayahan na makita ito.

Ito ay tulad nang parang lumabas ka sa iyong sarili, iniwan ang iyong egoistikong katawan, at ibinukas ang iyong sarili sa isang bagong mundo na mayroon lamang isang batas - ang Batas ng Pagkakaloob. At ikaw ay hahangarin mo ang mundong iyon dahil ang buhay ng mga naninirahan dito ay nakabatay sa magkatugunang pagmamahal. Kaya, sa halip na maramdaman lamang ang ating mundo kasama ng lahat ng mga katawan at mga bagay nito, ikaw ay magsisimulang maramdaman ang puwersa na naghahari dito, sa hangganan na ikaw ay lumalago na higit na kawangis nang puwersang ito. Sa paghahangad na magkaloob, iyong matatanto na ang puwersang ito ay ang lubusang kabutihan. Ang puwersang ito ay ang Maylikha.

Ito ang kung paano ka darating na mAdana ang dalisay, at tunay na Liwanag, habang ito'y dumadaloy mula sa Maylikha. Ito ay para bang ikaw ay lumapit at sinalubong ang Liwanag bago ito pumasok sa iyo at pinuno ka. Ang Liwanag ng Maylikha na ito, ay hindi pa napapahina ng iyong egotistikong pananggalang. Ito ay dalisay pa rin, at ikaw ay binigyang pagkakataon na mAdana ito. Ang katotohanan na ikaw ay may kakayahan na mawari ito ay kaligayahan na sa sarili nito mismo. Ito ang tinatawag na "upang marinig ang tawag ng Maylikha."

Matapos ito, kapag ang Liwanag ay dumadaan sa iyong sistema ng mga pananggalang, ang lahat nang nanatili ay tanging maliit na banaag, na napakahina na maging ang isang di-pa nawawastong nilalang ay matatagalan ito.

Ito ay katulad nang parehong Liwanag na iyong naramdaman bilang iyong punto sa puso. Ito ay ang tinatawag ng mga Kabalista na "isang munting kandila."

Ang Liwanag na ito ay pumapatak tungo sa ating mundo sa pamamagitan nang makapal na pader ng egoismo na sumasangga dito. Ito ay pumapasok dito na may tanging layunin na mapanatili ang buhay sa ating mundo. Ang Liwanag na ito ay "nagkukubli" sa loob ng lahat ng mga bagay ng ating mundo, nakAdanit sa lahat ng uri ng kasuotan. Sa lahat ng sandali na natatagpuan mo ang iyong sarili na nasisiyahan sa masarap na pagkain, mga bagong gamit, katanyagan at kayamanan, ito ay ang mismong Liwanag na humatak sa iyo patungo dito. Yaon ang tunay na pinanggagalingan ng iyong kasiyahan.

Maaari mong itanong: mayroon bang anumang bagay na iiral sa reyalidad kung hindi sa Liwanag na ito? Ang ating mundo ay hindi makaka-iral. Walang sinumang mayroong hangarin na mabuhay sapagkat walang anumang mga hangarin na iiral.

Gayunpaman, ang mismong katotohanan na mayroon kang hangarin (na malaki pa nga) na matamo ang kailaliman nang kung ano ang nagaganap sa iyo ay nagsasabi ng isang bagay at isang bagay lamang (walang halong pangungutya): na ikaw ay isang malaking egoista, na higit na mas malaki kaysa sa iba pa. Samantalang ang iba ay nasisiyahan na sa mundong ito, ikaw ay humihiling pa nang hindi bababa sa espiritwal! At hindi ka matatahimik hanggat hindi mo naibubunyag ito, at iyan ay isang magandang bagay dahil ito ang buong katiyakan ay kung ano ang nais ng Maylikha sa iyo.

At ito ay naghahatid sa atin sa Pangatlong Araw - ang kapaliwanagan ng iyong mga bagong hangarin.

Pangatlong Araw

"At ang Diyos ay nagsabi: 'Hayaan ang lupa na maglitaw ng damo, damong nagbubunga ng binhi, at punong-kahoy na nagbubunga nang uri ng prutas nito, kung saan ang buto ay naroroon, sa ibabaw ng lupa.' At ito ay naging ganito. At ang lupa ay naglabas ng damo, halamang nagbubunga nang buto sa uri nito, at punong-kahoy na nagbubunga ng prutas, kung saan ang buto nito ay naroroon sa uri nito; at ang Diyos ay nakita na ito ay maganda. At nagkaroon ng gabi at nagkaroon ng umaga, sa pangatlong araw."

Atin nang sinabi na matapos ang pagwawasto ng "tubig" (Liwanag ng Awa), ang "lupa" (ang iyong hangarin na tumanggap) ay nagiging angkop na magbunga ng prutas, habang ang mga katangian ng tubig at lupa ay magkasamang naghahalo.

Sa sarili nito, ang saganang tubig ay talagang mapaminsala sa buhay tulad nang tuyot na lupa. Isang kasong matutukoy, ay si Noah at ang baha.

Ang pagwawasto ng tao ay nakatayo nang malinaw sa mainam na kumbinasyon nang altruistiko at egotistikong katangian sa loob ng kaluluwa, ang "langi" at ang "lupa," ang Malikha at nilikha.

Ang pagwawastong ito ay tinawag na pagsulong sa "gitnang linya." Tandaan ang pakahulugan na ito.

Ang iyong likas na egotistikong katangian ay tinawag na "lupa," o ang kaliwang linya.

Ang katangian nang Maylikha ay "tubig," ang lubos na pagkakaloob ay ang kanang linya.

Ang pang-gitnang linya ay ang dapat mong magawa sa iyong sarili sa pamamagitan nang pagtatambal ng kanan at ng kaliwang linya.

Yaon ay dapat mong paglakipin ang "tubig" at ang "lupa" sa magkatulong na paraan, na hahayaan ang dalawang katangian na "magbunga ng prutas."

Dapat kang humingi ng ulan at hindi bagyo, dahil hindi mo kayang magkaloob na tulad ng Maylikha. Gayunpaman, ikaw ay handa nang unti-unting sumulong, sa pagsisimula nang pagwawasto ng iyong mga maliliit na egotistikong mga hangarin, tulad nang nasusulat: "At ang lupa ay naglabas ng damo, halamang nagbubunga ng buto sa uri nito," Kasunod nito, mga magaspang na hangarin ay susulpot, tulad nang "at mga punong-kahoy na nagbubunga ng prutas na may buto nito," hanggang ang iyong mga mata ay bumukas sa kamangha-manghang mundo na ang Maylikha ay inihanda para sa iyo.

Dapat kang "humingi ng ulan" upang ang dalawang katangian na ito ("tubig" at "lupa") ay magsama upang sa huli'y palaguin ang "Puno ng Buhay" - ang espiritwal na nilalang na nadAdana ang buong sanlibutan, nabubuhay nang pangwalang-hanggan at maligaya sa lahat ng mga mundo.

Pangwalang-hanggan, sapagkat sa pagkilala na ang iyong sarili ay may walang-hanggang kaluluwa sa halip nang isang panandaliang katawan, ikaw ay nagsisimulang itulad ang iyong pagkatao sa iyong kaluluwa, na itinatalaga ang iyong katawan sa tunay na papel nito - isang pansamantalang basyo na simpleng sumama dito. Ang pagbabagong ito na pagkilala sa iyong sarili ng may kaluluwa, sa halip na katawan, ay nagaganap nang panlooban habang unti-unti mong nakakamit ang katangian nang pagkakaloob sa pamamagitan nang wastong paggawa katulong ang mga aklat nang Kabbalah.

Pang-Apat Na Araw

At ang Diyos ay nagsabi: Hayaang magkaroon nang kaliwanagan sa papawirin ng langit na maghihiwalay sa araw mula sa gabi; at hayaan ang mga ito na maging mga palatandaan, at para sa mga panahon, at para sa mga araw at mga taon; at hayaan ang mga ito na maging mga liwanag sa papawirin ng langit na magbibigay ng kaliwanagan sa ibabaw ng lupa.' At ang Diyos ay ginawa ang dalawang malaking mga liwanag: ang mas malaking liwanag upang maghari sa araw, at ang mas mahinang liwanag na maghari sa gabi; at ang mga bituin. At ang Diyos ay inilagay sila sa papawirin ng langit upang magbigay ng liwanag sa ibabaw ng lupa, at upang maghari sa araw at sa gabi, at upang mahiwalay ang liwanag mula sa kadiliman; at ang Diyos ay nakita ito na maganda. At nagkaroon nang gabi at nagkaroon ng umaga , ika-apat na araw."

Paalala: ang taong nilalang (Adan) sa loob mo ay hindi pa isinisilang. Ang siping ito ay nagsasabi lamang ng pagkakalikha ng kapaligiran para sa kanyang pagsilang at buhay. Ano ang isang kapaligiran? Ito ay mga puwersa - ang mga puwersa ng Maylikha na makapangyayari sa nilalang. Umiiral lamang ang mga ito upang dalhin ang isang tao sa layon ng Paglikha - pakikipag-isa sa Maylikha at walang-hanggang kaligayahan.

Kaya anong puwersa ang nahayag sa Ika-apat na Araw? "At ang Diyos ay nagsabi: 'Hayaang magkaroon ng mga liwanag sa papawirin ng langit na maghihiwalay sa araw mula sa gabi.'" Ang mga liwanag ay upang pagharian ang "gabi" at ang "araw" - mga katayuan na ang isang tao ay pinagdadaanan sa landas tungo sa Maylikha. Tiyak ko na ikaw ay nakaranas na nang mga sandali ng palaging pag-angat at pagbaba- ang mga ito ay ang mga "araw at gabi" na sinasabi.

Ang "araw" ay tumutukoy sa pag-angat, kapag ikaw ay puno nang tiwala na ikaw ay nasa tamang landas, lumilipad sa pag-asam ng mga pintuan tungo sa espiritwal na mundo na magbubukas na sa anumang sandali. Ang "gabi" ay isang pagbaba kapag walang bagay na naghahatid ng tuwa at parang ang espiritwal na mundo ay tila hindi umiiral at gawa-gawa lamang, at tatanungin mo ang iyong sarili, "Bakit inaaksaya ko ang aking buhay sa walang saysay na ito?"

Ang mga katanungang ito ay ibinabato sa iyo ng iyong ego. Ang ego ay nakakahanap ng tamang tiyempo upang umatake dahil nalalaman nito na kung ikaw ay makatagal at makalagpas tungo sa espiritwal na mundo, makakatakas ka sa paghahari nito. Natural, ang ego ay hindi nais ito, kaya ang mga ganitong katanungan ay naglipana, "Sino ba ang pinaglilingkuran mo?" "Nakikita mo ba man lang Siya?" "Nasaan na ang iyong katinuan?" "Tumingin ka sa iyong paligid, ang mga tao ay nabubuhay nang kaaya aya, samantalang ikaw ay nagpapakahirap tungo sa isang di-matatamong layon!"

Magpapatuloy pa ba ako?

Mayroon lamang isang bagay na maimumungkahi: kapag ang "gabi" ay lumatag, tiyakin na ikaw ay napapaligiran ng mga tao na katulad mo, na naghahanap din ng landas tungo sa espiritwal na mundo. Mga kaibigan na mayroon ding parehong layon habang tinitiis mo ang bigat nang bayo ng ego, at iyong matatanto na sa pag-iisa, ikaw ay walang magagawa, subalit kung magkakasama, ikaw ay makakatagal.

Isa pang makakatulong na payo ay matulog. Ano ang ibig sabihin nang "matulog?" Ibig sabihin ay putulin ang mga bumabagabag na katanungan, harangan ang mga ito at huwag lingunin. "Tulugan" mo ang sandaling ito. Madilim naman sa labas. Humiga at matulog upang ang iyong ulo (mga naiisip, mga kalkulasyon) at katawan (mga hangarin) ay nasa kaparehong antas, tulad ng isang hayop. Pinakabuod, huwag kang magpapasok ng anumang bagay.

Ito ay tulad nang para mong kinakansela ang iyong sarili, pinapawalang-halaga o importansiya, nagpapalipas habang nagtitipon ka ng iyong lakas. Wala kang iniisip, walang ginagawang pagkilos o mga paggalaw, na dapat lamang. Nalalaman mo na ang umaga ay hindi malayo at tiyak na darating.

Ang "umaga" ay nagbabadya ng isang bagong pag-angat, isang daan papalabas sa kalagayan ng pagbaba.

Maaari mong itanong , "Bakit ginagawa ng Maylikha na magpadala nang mga ganitong pag-angat at pagbaba? Hindi ba Niya tayo mabibiyayaan ng lahat ng kabutihan, na talaga namang balak Niyang gawin sa dakong huli, at malalaktawan ang lahat ng mga pagaalinlangan at pagdurusa? Datapwat, piapadala naman Niya ang mga ganitong kalagayan sapagkat kung wala ang mga ito, wala namang mga pagsulong, dahil ang pag-unlad ay mangyayari lamang sa pamamagitan nang palagiang pagbabago ng mga kalagayan.

Tanging sa pangingibabaw lamang na ang isang tao ay isinisilang upang maging isang "tunay na tao." Uulitin ko, palagi nating pinag-uusapan ang tungkol sa kung ano ang nagaganap sa kaloobang, at doon ay mayroon tayong "lalaki" at "babae" din. Ang pag-unawang ito ay tumutukoy sa "panloob na pagkatao" (Hebreo *GEvar*, mula sa salitang *Hitgabrut* - upang makapangibabaw).

Ano ang mangyayari kung iyong ibibigay sa iyong anak ang bawat bagay na gusto nito? Ito ay hindi uunlad, bagkus lalaki sa layaw, maselan at maramot at walang pakiramdam. Magiging masaya ka ba sa ganoong anak? Ito ang dahilan kung bakit ang isang tao ay dapat dumaan sa lahat nang nakatalaga para sa isa. Bawat isang kaluluwa ay mayroong kanyang natatanging landas tungo sa Layon.

Gayundin, kung ang Maylikha ay inilagay ka sa isang magandang katayuan kaagad, Kanya kang dudurugin ng Kanyang Liwanag. Babawian ka nang anumang malayang pagpili, at magiging isang alipin niyaong katayuan. Sino ang magagawang tumanggi sa lubos na kaligayahan? Ngunit ang Maylikha ay hindi nais ang isang alipin ng Liwanag. Ang nais Niya ay isang kaibigan, isang kapantay, na ikaw ay makakayang maging gayon lamang kung dadaan ka sa lahat nang katayuan at pipiliin ang Maylikha mula sa iyong sariling pagpapasya.

Ang Langit ay tumutukoy sa iyong katangian ng pagkakaloob, ang katangian ng Maylikha. Sapagkat ang mga liwanag sa papawirin ng langit ay "nagbibigay liwanag sa ibabaw ng lupa" (mga egotistikong hangarin), ang mga egotistikong hangarin ay nasa pangangalaga ng "langit," sa altruistikong katangian natin.

"At ang Diyos ay inilagay ang mga ito sa papawirin ng langit upang magbigay liwanag sa ibabaw ng lupa, at upang maghari sa araw at sa gabi, at ihiwalay ang liwanag mula sa kadiliman, at ang Diyos ay nakitang ito ay mabuti."

Sumusunod dito na tanging ang "mga liwanag sa papawirin ng langit" ay may kinalaman sa pagbabago ng ating mga katayuan, at naghihiwalay sa mga ito: "...at upang maghari sa araw at sa gabi, at upang ihiwalay ang liwanag mula sa kadiliman."

Muli nating ulitin: ang sulatin ng Bibliya na ito ay naglalarawan ng istruktura ng sanlibutan kung saan si Adan ay maninirahan. Si Adan ay ang nilalang sa loob mo. Ang papawirin, ang daigdig, ang mga liwanag, ang lahat ay tumutukoy sa altruistiko at egotistikong mga katangian kung saan si Adan ay mabubuhay.

Ang Maylikha ay magtutulak sa nilalang tungo sa pagtatamo ng espiritwal na mundo. Tungo sa layuning ito, kakailanganin mong makita ang iyong sarili gamit ang iyong mga panloob na , katangian, sa "nilalang" sa loob mo. Kung ikaw ay magtagumpay, ikaw ay makakalagos sa lahat ng mga kalagayan na nakalatag sa harapan mo na kasama Siya. Ang mga "gabi" at ang mga "araw," ang mga "bukang-liwayway" at ang mga "dapit-hapon" ay mga espiritwal na katayuan na itnalaga upang ihatid ka sa walang hanggang buhay sa Mataas na Mundo.

"...at hayaan ang mga ito na maging palatandaan at para sa mga panahon, at para sa mga araw at mga taon." Kapag mag-uusap tungkol sa oras, dapat natin iwasan ang pag-iisip ng mga korporyal na araw, mga buwan at mga taon, dahil walang oras sa espiritwal na mundo. Paano magagawang umiral ng oras sa kawalang-hanggan? Ikaw ay nakaugnay na sa isang walang kamatayang kaluluwa, kaya anong lugar mayroon doon para sa konsepto ng oras? Ang totoo, wala talagang oras, bagkus tanging mga nagbabagong katayuan lamang sa walang tigil na paitaas na landas sa espiritwal na bahagdan.

Ang *Hodesh* (buwan) ay hinalaw mula sa salitang *Hidush* (panibago) - isang pagbabalik sa dating katayuan ngunit sa isang mas mataas na antas, panibago at higit na maunlad, matapos dumaan sa tatlumpung pag-angat at pagbaba. Sa bawat sandali ikaw ay binibigyan karagdagang gawain sa iyong egoismo, na nagiging sanhi para sa iyo nang pagbagsak, pangingibabaw, at pagpapatuloy sa pag-angat sa espiritwal na bahagdan.

Ang *Shanah* (taon) ay hinalaw sa salitang *Lishot* (upang umulit), na tulad nang pagsulong sa isang paikot na paitaas na nagbabalik sa kaparehong katayauan subalit sa isang mas mataas na antas. Kahit anupaman, ang pag-angat ay palagian.

Ang "mga Araw," "mga buwan" at "mga taon" lahat ng mga ito ay nasa loob mo. Ikaw ay "Nabubuhay sa" mga ito sa pamamagitan nang pagwawasto ng mga mas bago at mas mabibigat na egotistikong mga hangarin.

Pang Limang Araw

"At ang Diyos ay nagsabi: "Hayaan ang mga tubig na magkulumpon ng mga kulumpong sa tubig, at hayaan ang mga ibon na lumipad sa ibabaw ng lupa sa papawirin ng langit.' At ang Diyos ay nilikha ang mga dambuhalang-dagat, at bawat nabubuhay na bagay na gumagapang, na ang mga tubig ay pinagkukulumpunan, ayon sa uri nito, at bawat ibon na may pakpak sa uri nito, at ang Diyos ay nakita na ito ay maganda. At ang Diyos ay pinagpala ang mg ito, at nagsasabing: 'Maging mabunga at magparami, at punuin ang mga tubig sa mga karagatan, at hayaan ang mga ibon ay magparami sa lupa.' At nagkaroon ng gabi at umaga, ikalimang araw."

Ang Aklat ng Zohar ay naglalarawan sa bawat isang araw ng Paglikha bilang "pagtatayo ng mga palasyo" sa loob ng bawat tao, ang tinatawag na "makalangit na mga silid" (Hebreo: *Heichalot* - basyong lugar ng mga hangarin). Habang ang mga egotistikong katangian ng kaluluwa ay naiwawasto, ang mga basyong lugar ay unti-unting napupuno ng Mataas na Liwanag. Ito ang kung ano ang bawat nilalang ay walang-malay na hinahangad. Isang banayad na pagpupuno nang mga basyong lugar ay naghahatid sa lahat ng kaluluwa sa isang katayuan nang lubos na pagkawasto at kahusayan.

Sa kabanatang, "Ang mga Lenggwahe ng mga Sanga," ating binanggit ang tungkol sa katotohanan na ang mga puwersa ng Maylikha ay inilarawan sa mga salitang mula sa ating lenggwahe. Sa aklat nang *Genesis* halimbawa, may mga tinawag na isda, ibon, at iba pa: "...at hayaan silang magkaroon nang kapangyarihan sa mga isda ng dagat, at sa mga ibon sa papawirin." Habang binabasa mo ang linyang ito, dapat mong malinaw na nailalarawan ang lahat ng mga pagkilos na dapat mong magawa ang para sa iyong sariling pagwawasto.

Ating sipatin ang salitang "isda" (*Dag*), na nagmula sa salitang *Daaga* (pagaalala). Kung iyong makikita ang salitang ito sa sulatin, dapat malaman na hindi ito nagpapahiwatig ng isda na lumalangoy sa tubig (tandaan din na ang tubig ay tumutukoy sa Liwanag ng awa), bagkus tungkol sa pagaalala. Ano ang dapat mong ipinag-aalala? Tanging sa pagiging malapit lamang sa Maylikha. Walang dapat na iba pang dapat na ipag-alala para sa iyo. Ang mga hangaring ito ay upang mapasok ang espiritwal na mundo, na walang pasubali kung ano ang sinasabi ng *Genesis*.

Gayunpaman, pansamantala, dapat nating isaisip na lahat ng mga hangarin ay nasa loob natin. Sa di-pa wastong anyo nang mga ito, sila'y lumalabas na bilang mga bagay sa ating mundo, ngunit sa kanilang naiwastong anyo, sila ay mga puwersa ng Maylikha, na pinamamahalaan ng Kanyang Liwanag.

Kaya ngayon, ang Pang-Limang Araw ay nagpapahiwatig ng mga hangarin na dapat maiwasto, una sa lahat. Ito ay sapagkat ang mga ito ay "mas madali," ibig sabihin, mas mabilis na iwasto: "... at hayaan ang mga ibon na lumipad sa ibabaw ng lupa sa bukas na papawirin ng langit." Ang "ibon" ay sumasayad sa "lupa" (iyong egotistikong kalikasan), at hindi "lumalago" mula dito, subalit ito rin ay pumapasailalim sa pagwawasto, nakahimlay sa egotistikong kalikasan nito: "...at hayaan ang mga ibon na magparami sa lupa."

Katulad din nito ang iyong landas, mahal na mambabasa - upang maihiwalay sa loob mo ang mga egotistikong hangarin, kung saan maaari mong ikabit ang altruistikong intensiyon, at sa gayon tangkaing iwasto ang mga ito. Upang magawa iyon, subukan sa umpisa na simpleng isipin ang tungkol dito. Mag-isip at magbasa ng mga aklat ng Kabbalah, pangunahin na mga aklat ni Baal HaSulam, na kinalap ang lahat ng mga naunang pinagsimulang sulatin sa Kabbalah mula sa panahon ni Abraham, Moses at ng ARI, at iniangkop ito sa ating henerasyon.

Subalit magbalik tayo sa aklat ng *Genesis*. Dito ating makikita na ang sandali ay dumating upang iwasto ang mga hangarin na "mas mahirap" na tumutukoy sa "lupa." Ang mga ito ay parang ipinagbuntis nito, iniluwal mula sa lupa.

Mga bagong kalawakan ay nabuo (*Heichalot* - silid). At habang itong mga mas mahirap na mga egotistikong hangarin ay naiwawasto, ang mga hungkag na lugar ay napupuno ng Liwanag.

At pagkatapos, ang Pang-Anim na Araw ay dumating.

Ika-Anim na Araw

"At sinabi ng Diyos: Hayaan ang lupang iluwal ang mga buhay na bagay ayon sa uri nito, baka at mga gumagapang na bagay, at mga hayop ng lupa sa uri nito. At naganap ito. At ang Diyos ay ginawa ang mga hayop ng lupa ayon sa uri nito, ang mga baka ayon sa mga uri nito, at bawat bagay na gumagapang sa ibabaw ng lupa ayon sa uri nito; at ang Diyos ay nakita na maganda ito."

Ang Maylikha nilikha lamang ang isang hangarin - upang masiyahan. Gayunpaman, ang hangaring ito ay napakalaki nang saklaw na ang pagdadala sa ating lahat sa inaaasam na layunin kaagad ay hindi maaari. Matapos ang lahat, pinag-uusapan natin ang tungkol sa walang katapusang kasiyahan, na siyang eksaktong layon nang pagkakalikha sa tao. Kaya sa halip, ito ay ginawa sa mga yugto sapagkat ang hangarin upang maligayahan sa ating kalooban ay nahahati sa mga samut-saring maliliit na mga hangarin. Sa pamamagitan nang pagwawasto sa mga ito, nang paisa-isa, umuunlad mula sa "madali tungo sa mas mahirap," makakamit natin ang walang katapusang kaligayahan, ang lubusan at walang-hanggang kapunuan na inihanda para sa atin ng Maylikha.

Para doon kung saan ang punto ng puso (ang pagsisikap para sa espiritwal na kasiyahan) ay napukaw, ang paggawa sa kanyang mga hangarin nagiging isang kamangha-manghang paglalakbay sa Mataas na Mundo.

Ang *Genesis* ay nagpapatuloy sa paglalarawan paano natin mapapangibabawan ang yugto ng pagwawasto ng "madaling" mga hangarin, kung saan dapat nating maiwaso ang yaong mga "mas mahirap" na "nagmula sa lupa."

"Hayaan ang lupa na maglual ng mga buhay na hayop ayon sa mga uri nang mga ito." Tulad ng iyong nalalaman na, ang "nilalang" sa loob mo ay buong sidhing inihahanda sa pagsilang. Sa prosesong ito, patuloy na mga mas bagong hangarin ay palagian sumusulpot, ngunit sa ngayon ang mga ito ay ginagamit para sa iyong pansariling kasiyahan.

"...at ang Diyos ay nakita na ito ay mabuti." Ang salitang "mabuti" ay nangangahulugan na ang mga hangarin ay tunay na dalisay.

Subalit sino ang makakagamit nang mga hangaring ito? Tanging tao lamang. Kaya dumarating sa kanya ang pagkakataon, na ang isang "nilalang" ay isinisilang sa loob mo.

"At ang Diyos ay sinabi: 'Ihawig natin ang tao sa ating larawan, sa ating kawangki, at hayaan silang maghari sa isda ng dagat, sa mga ibon ng papawirin, at sa mga baka, at sa buong mundo, at sa bawat gumagapang na bagay sa lupa.' At ang Diyos ay nilikha ang tao sa Kanyang larawan, sa larawan ng Diyos nilikha niya ito, lalaki at babae nilikha Niya ang mga ito."

Sa madaling salita, sa loob mo, isang "nilalang" ay isinilang upang maghari sa ibabaw ng lahat na mga hangarin: "At hayaan silang maghari sa ibabaw ng mga isda ng dagat, at sa mga ibon ng kalangitan at sa ibabaw ng mga baka, sa ibabaw ng buong mundo, at ibabaw nang mga bawat gumagapang na bagay sa ibabaw ng lupa." Ang lahat nang mga hangaring ito ay ginawa nang tanging para sa tao lamang.

Ang "nilalang" sa loob mo ay nakatalagang tumahak sa isang mahirap na landas bago niya matatanto na ang paghahari sa ibabaw ng mga ito ay hindi nangangahulugan nang paggamit sa mga ito para sa kanyang pakinabang, sapagkat ito'y makakapinsala lamang sa kanya at sa mundo. Katunayan sa kabaligtaran, ang mga hangaring ito ay dapat gamitin lamang nang natatangi para sa kasiyahan ng iba, sapagkat patungkol sa kasiyahan ng iba, lahat tayo ay palagiang malayang magagawa nang malinaw na maihihiwalay natin ang ating mga sarili mula sa isa't-isa.

Higit pa nating pag-uusapan ito kalaunan. Ngunit sa ngayon, mahalaga na maunawaan na sa sandaling iyong maramdaman ang ibang mga kaluluwa sa paligid mo, ikaw ay magsisimulang maramdaman na parang katulad ng Maylikha sa kanila. Dito nakasalalay ang iyong pagkakataon upang maging malaya, ibig sabihin, na maging katulad ng Maylikha. Magkakasama, tiyakang mararating natin ito, at iyong mauunawaan kung ano ang gagawin upang bigyang kagalakan ang Maylikha.

Balikan natin ang sitwasyon na inilarawan sa *Genesis*. Bago "isinilang ang isang nilalang sa loob mo," ikaw ay puno lamang ng mga walang buhay, mala-halaman, at mala-hayop na mga hangarin. Ano ang ibig sabihin nito? Ang walang buhay na hangarin ay kapag gusto mo lamang ng isang bagay - ang maging nakapirmi at hindi mag-isip ng anumang bagay, tulad ng isang bato sa tabing daan, lubos na walang pakialam na mayroon lamang isang pag-iisip: Layuan ninyo ako." Balikan sa alaala ang mga sandaling nasa ganito kang katayuan!

Ang isang mala-halamang hangarin ay kapag ikaw ay napapakislot sa mga panlabas na elemento, ngunit hindi pa magawang gumalaw mula sa iyong kinalalagyan na tila nakatali sa lupa (ng egoismo). Ikaw ay parang isang bulaklak na humaharap sa araw, ibig sabihin, ikaw ay mayroon na ngayong udyok na gumalaw, ang umangat at bumaba, tulad ng isang bulaklak na bumubuka tuwing araw at nalalanta sa gabi. Ikaw ay nagsisimulang tanungin ang iyong sarili nang katulad ng mga katanungang, "Bakit ako nagdurusa? Ikaw ay naghahangad sa Liwanag, nagnanais na "madiligan." Ikaw ay nakatuon lamang sa iyong sariling paglago, ikaw ay kumakain, hindi ka na isang bato, at yaon ay pag-unlad.

Ang isang mala-hayop na hangarin ay nagpapahiwatig ng galaw at paghahanap ng ikabubuhay. Sa yugtong ito ikaw ay maaaring umugnay sa iba pa na katulad mo, at magsama-sama sa isang grupo, dahil sa pagsasama mas madaling makakuha ng pagkain. Ikaw ay abala sa pagpapalaki at pangangalaga sa iyong mga anak.

At pagkatapos, bigla sa iyong kalooban ay sumulpot ang pinaka masalimuot at mabunying hangarin na sumasakop sa lahat nang iba pa, na tinawag na ang "Tao sa ating kalooban."

Ang salitang "tao" sa Hebreo ay "Adan."

Ang "Adan" ay hinalaw mula sa salitang *Domeh* - katulad, kawangis.

Kapareho nino?

Sa Maylikha.

Kawangis sa paanong paraan?

Kapareho sa Kanyang mga katangian.

Ang mga katangian ng Maylikha ay lantay o lubos na pagkakaloob, lubos at walang pasubaling pag-ibig. Iyon ang eksaktong kung ano si Adan, na nakakAdana sa Maylikha, naghahangad at dapat na maging katulad. (Paulit-ulit nating gagawin ito hanggang ang mga katangiang iyon ay maging pamilyar sa atin, pagkatapos ay maging kauna-unawa at sa huli ay maramdaman nang lubos-lubusan.)

Ito ang dapat mong maging katulad. Doon lamang na iyong matatagpuan ang iyong sarili sa Paraiso, ibig sabihin, makakatulad mo ang Paraiso at ang Panginoon nito. Sa pagpapatuloy, susuriin pa natin ng mas malalim ang nakakabighaning usapin na ito, gagalugarin kung saan ang Paraiso ay nabubuhay sa loob mo, at kung saan si Adan ay nanatili sa loob ng Paraisong ito.

Ni Semion Vinokur

Kasunod dito na tanging yaong isa lamang na naghahangad na maging katulad ng Maylikha, at maisilang ng espiritwal, ay maaaring matawag na Adan ("tao," kawangis nang Maylikha). Ito ang nilalang na binabanggit sa kabuuan ng Aklat. Tanging yaon lamang na naghahangad ng ganitong katayuan ay matututunan na basahin ito ng wasto. Ang mga iba pa ay titingnan ang mga salaysay at makikita ang lahat nang mga uri ng moralidad at mga hinuha sa para sa isang maginhawang buhay at matagumpay.

Ang Adan ay ang hangarin na lumitaw sa kalooban mo, ang dahilan kung patuloy mong binabasa ang sulating ito. Ang lahat ng mga naunang hangarin ay hindi na nakakapuno sa iyo. Ang mga araw ng ikaw ay palagiang laman ng iyong sofa na nakatitig sa TV ay tapos na, hindi ka na abala sa pangangarap ng kayamanan, at hindi ka payag na magtrabaho ng walang kapaguran upang magkamit ng paghanga at katanyagan.

Ano ang ibig sabihin nang lahat ng ito? Isang masasabing punto, o "ang punto ng puso," ay napukaw sa loob mo. Ang puntong ito ay sa Maylikha at nagnanais na maging katulad Niya dahil Siya ang ugat nito.

Ito ang ibig sabihin ng mga salitang, "Likhain natin ang tao sa ating larawan, ayon sa ating wangis" (Genesis 1:26). Sa orihinal na Hebreo, ito ay nasusulat na *Be Tzelem* (larawan ng Mataas na Isa) ay ang bahagi ng Maylikha (ang Mataas na Antas), na bumababa sa kaluluwa ng tao at ibinabahagi dito ang mga katangian ng Maylikha.

Ibig sabihin, ito ang aparato ng Mataas na Pamamahala, namamahala sa lahat ng mga kaluluwa, nang kanilang landas at ayos ng kanilang pagwawasto. Ang namamahalang aparato na ito ay tuwirang kunektado sa punto ng puso ng isang tao, ang Adan sa loob mo.

Tulad nang nabanggit na, ang puso ay kumakatawan sa lahat ng ating mga makalupang egotistikong hangarin, samantalang

ang punto ng puso ay kumakatawan sa mga hangaring nakatuon sa pagtatamo ng espiritwal na mundo. Ang puntong ito ay walng kinalaman sa puso. Ito ay ibinibigay sa atin ng Maylikha at nasa sa ating lahat, lamang nangangailangan ng oras upang ito ay mapukaw.

Bakit ito isang punto lamang? Sapagkat ang espiritwal na mga hangarin ay hindi pa maunlad sa iyo. Ang mga ito ay tulad ng isang sanggol na nagsisimula ng kanyang mga unang hakbang. Ito ang dahilan kung bakit itinuring ang mga ito na isang "punto."

Ang "Adan" sa loob mo ay kinukha ang kanyang mga unang hakbang. Siya ay direktang nakakunekta sa kanyang "magulang." (ang Maylikha), at hindi mabubuhay ng wala ang kuneksiyong ito. Nagnanais siyang lumaki na tulad ng kanyang magulang.

Sa pamamagitan nang punto ito, ang Maylikha ay umuugnay sa atin at nagsisimulang buuin ang Kanyang larawan sa atin, ikinukunekta tayo sa aparatong namamahala.

Ang ang ginagawa ng aparatong ito? Ito ang nagbibigay sa iyo ng mga impormasyon tungkol sa programa nang Paglikha, ang landas na dapat mong tahakin. Kung walang pandama sa mga espiritwal na mundo, hindi mo malalaman kung ano ang iyong gagawin, kung ano dapat na susunod mong hakbang o kaya ay kung ano ang kinakailangan sa iyo. Ito ang dahilan kung bakit patuloy kang nakakagawa ng pagkakamali at nagdurusa dahil dito.

Ikaw ay tulad nang isang bulag na kuting sa isang malawak na mundo. Para mo magawang makamit ang mga katangian na kinakailangan upang sumulong, ang Mataas na Antas ay dapat kang turuan ng eksakto kung ano ang kinakailangan mong gawin at paano ito gagawin. Sa ganitong kadahilanan, ito ay nagpapalabas nitong karagdagang instrumento na tinawag na *Tzelem*.

Ang instrumentong ito ay itinanim sa kaluluwa, kung saan ito'y binubuhay ang lahat nang kinakailangang pagwawasto. Ito ang dahilan kung bakit ito ay nasusulat na ang tao (Adan) ay ginawa sa larawan ng Maylikha. Ang tao ang pinaka pangunahing likha, ang hiyas sa korona ng Paglikha.

Pananagutan Para sa Mundo

"...at maghari sa ibabaw ng mga isda ng karagatan, at sa ibabaw ng mga ibon sa papawirin, at sa bawat bagay na may buhay at gumagapang sa ibabaw ng lupa."

Sa pamamagitan ng mga egotistikong hangarin (ang walang buhay, mala-halaman at mala-hayop), ikaw din ay iwinawasto ang buong sanlibutan. Tandaan ang pangungusap na ito sa ngayon. Di-maglalaon, ating lilinawin ito at iyong makikita na ang iyong paggawa ang magpapasiya sa bawat bagay na nagaganap sa paligid mo.

Ang tao ang may pasan ng napakalaking pananagutan sa bawat nagaganap sa mundo. Sapagkat hindi pa nito nauunawaan ito - ang pamumuhay na itinutulak nang mala-hayop na mga hangarin - siya ay mahirap sisihin. Kapag ang pag-unawang ito ay dumating, gayunpaman, ang totoong gawain kung saan siya ay nalikha ay magsisimula.

"Kung gayon, ano ang usapan?" maari mong itanong, "Kung sakaling ako ay magsisimula sa landas ng pagwawasto (una sa lahat, walang kung sakali - ang bawat isa ay kinakailangang magsimula sa landas na ito nang mas maaga o sa malapit na hinaharap), kinakailangang kong iwasto ang lahat nang bagay sa aking kapaligiran." Ito ang katotohanan. Ang lahat nang problema na ating nakikita sa Kalikasan ay simpleng sinasalamin ang anumang nagaganap sa loob natin. Ang nagbabantang kalamidad sa ekolohiya, pagkasalaula ng mga ilog at karagatan, paglalaho ng mga uri, at nagngangalit na bagyo at mga kaganapan sa klima ay mga repleksiyon natin, ang egotistikong esensya na umalipin sa atin, naghihintay sa atin na matanto na tayo ay may pananagutan sa lahat ng bagay na nagaganap dito, at magkukumpleto ng ating pagwawasto.

Halimbawa, ipagpalagay natin na mayroon isang bato, at tawagin ito na "ang Maylikha." Ang batong ito ay binubuo ng isang tiyak na porsiyento ng slate, isang tiyak na porsiyento ng apog, isang tiyak na porsiyento ng ginto, at ilan pang ibang mineral. Kapag ang bato ay nadurog, ano ang magiging porsiyento nang mga bumubuong elemento sa bawat isang piraso? Ito tiyak na eksaktong kaparehong porsiyento na tulad nang sa kumpletong bato. Sapagkat bawat isang piraso ay bahagi nang kabuuan, ang nilalaman nito, ay katulad nang buong piraso. Ito ang dahilan kung bakit ang mga geologist ay kinakailangan lamang na kumuha ng isang piraso ng bato upang pag-aralan ang mga nilalaman nito.

Bawat isa sa atin ay isang kaputol mula sa "batong" ito, ang Maylikha. Tayong lahat ay nabuo sa parehong katangian nang pagmamahal at pagkakaloob na umiiral sa Kanya, kaya lamang, tayo'y bumitiw sa Kanya. Ano ang sanhi nang pagkakahiwalay na ito? Egoismo - isang katangian na lubos na kabaligtaran nang sa Maylikha.

Paano tayo makakabalik sa Kanya? Sa sandaling ating maunawaan na tayo ay kabaligtaran Niya, at nais na bumalik sa Maylikha, kaagad tayong tatahak sa landas pabalik sa Kanya. Ang pangunahing hakbang sa espiritwal na landas ay ang magtatag ng hangarin para dito. Gayunpaman, dapat nating maranasan ang hangaring ito nang lubusan, hanggang sa huli, hanggang tayo'y mapaiyak sa hapdi!

Ang hangarin ay ang batayan nang lahat ng bagay sa mundo, at walang pasubaling nagpapasiya sa lahat ng bagay. Ang iyong gawain ay ang makadikit sa Maylikha. Kung mayroon kang hangarin na gawin ito, magsisimula kang matakasan ang pang-aalipin nang makasariling pagmamahal at kaagad mong mararamdaman ang mga pagbabago sa iyong kapaligiran. Wala

Ni Semion Vinokur

nang magiging pangangailangan na magsagawa nang mga pagpupulong tungkol sa ekolohiya, o kaya'y mga "Green Peace" na mga rally, mag-aalala tungkol sa mga naglalahong mga uri ng hayop, at iba pa. Ang sangkatauhan ay mauunawaan na ang pananagutan ay nagtatapos sa atin. Dapat tayong umibabaw sa ego at simulan ang paglalakbay tungo sa Maylikha.

Ito ang sinasabi nang lahat ng aklat na sinulat ng mga Kabalista. At sa sandaling tayo'y umangat sa ibabaw ng ating mga ego, ang lahat ng bagay ay magbabago. Tuluyan na nating mauunawaan ang isa pang pangsanlibutang katotohanan: Ang Maylikha ay ginawa tayo sa Kanyang wangis at larawan, at hindi natin iwinaglit ang ganitong katayuan.

Ano ibig sabihin ng sa Kanyang wangis at larawan? Ito ay nangangahulugan na ang Maylikha (ang katangian nang pagkakaloob) ay nilikha ang mundo, na kumikilos sa ilalim nang batas ng pagkakaloob. Dahil sa pagkakalikha sa wangis at larawan ng Maylikha, tayo'y nabubuhay sa mundong ito at ang mundo ay nabubuhay sa atin. Subalit ito'y nabubuhay lamang sa atin sa hangganang ating sinusunod ang batas ng mundong iyon, ang batas nang pagkakaloob.habang nagpipinta ng isang huwad at egotistikang mundo.

Tayo'y nabuhay at at patuloy na nabubuhay sa Hardin ng Eden. Hindi natin nakikita at nararamdaman ang anuman nito sapagkat ang ating mga ego ay sumasagabal sa ating daan, inilalayo tayo mula sa tunay na larawan habang nagpipinta ng isang huwad at egotistikang mundo.

Ang tao ay nakikita ang mundo sa pamamagitan ng kanyang panloob na mga katangian. Kung tayo ay marumi, ang mundo ay lilitaw para sa atin na gayon. Kung tayo ay dalisay, ang mundo para sa atin ay lilitaw na gayon din.

Tayo'y nabubuhay sa kasinungalingan, subalit ngayon nais nating magagap ang Katotohanan. Kung ang kaisipang ito ay buhay at kumikilos sa loob natin, kung gayon humayo tayo upang makatakas sa piitan ng ating mga ego.

Ika-Pitong Araw

"At ang langit at ang lupa ay nagawa, at lahat nang mga kasama nito. At sa ika-pitong araw, ang Diyos ay natapos ang Kanyang gawa na Kanyang ginawa; at Siya ay namahinga sa ika-pitong araw mula sa lahat ng Kanyang gawa na Kanyang ginawa. At ang Diyos ay pinagpala ang ika-pitong araw, at ginawa itong banal; sapagkat dito Siya ay namahinga sa lahat ng Kanyang gawa na ang Diyos ay nilikhang gawin."

Ang lahat ng gawain ng tao, ang layunin sa kanyang pag-iral, ay singhalaga nang pagkakamit ng mga katangian ng Maylikha, na mga katangian ng pagkakaloob. Ang tao ay iwinawasto ang kanyang sarili gamit ang mga katangiang ito, at habang nasa pagwawasto siya ay umaangat sa espiritwal na bahagdan tungo sa kawalang-hanggan at perpeksiyon, at lumalagong papalapit nang papalapit sa Maylikha.

Ano ang ating ginagawa sa buong pagdaan nang naunang anim na araw, ang anim na antas ng pagwawasto? Ating makikita ang ating mga egotistikong hangarin sa pamamagitan nang katangian ng pagwawasto. At sa bawat antas ating inihahambing natin ang ating mga sarili sa Maylikha at makikita natin na marami pa rin tayong dapat gawin. Dahil dito, simpleng tila inuusisa natin ang ating "Ako." Sa panahon nang anim na "araw" tayo ay sumusulong mula sa "madaling" mga hangarin (kung titingnan sa punto ng pagwawasto) patungo sa higit na "mahihirap" na hangarin.

Sa lenggwahe ng Kabbalah, ang anim na mga antas nang pagsulong na ito, ay tinatawag na mga *Sephirot*, mula sa salitang *Sappir* (sapphire), na nangangahulugan nang "kaliwanagan."

Ang mga pangalan nang *Sephirot* ay ang mga sumusunod: *Hesed, Gevura, Tifferet, Netzah, Hod, Yesod.*

Bawat antas ay mayroon sarili nitong kaliwanagan.

Ang isang Kabalista ay yaong isa na kunektado sa espiritwal na mundo, na nararamdaman ang kuneksiyong ito nang malinaw.

Sa pamamagitan nang paggawa sa "mas madaling" egotistikong mga hangarin, inilalagay niya ang kanyang sarili sa antas ng *Hesed*. Ang kanyang tinutungo ay upang gawin ang kanyang sarili na katulad ng Maylikha. Isa lamang ang kanyang iniisip: "Ano ang maaari kong gawin upang maging kasiya-siya para sa Kanya ang ating pakikipag-ugnayan, paano ko mababago ang aking egotistikong hangarin tungo sa hangarin na magkaloob? Sa antas na ito Siya ay lubusang dalisay at mapagkaloob. Nais kong maging katulad Niya, at nalalaman kong nais Niya rin ito. Hindi ko makakamit ito nang direkta dahil sa Kanyang Liwanag, ako ay nakatambad na isang tunay na egoista. Nauunawaan ko na ito ang aking kalikasan, kaya magagawa ko bang maiwasan ito?"

Kasunod nang mga isiping ito, ang isang nilalang ay tila nagsasabi na ang Maylikha ay: "Ikaw ay yaong Isa na lumikha sa akin nang ganito, ang tumanggap nang kasiyahan, kaya ano ang magagawa ko na tumanggap ngunit kasabay nito ay magkaloob? Sapagkat sa ganito ay nakasalalay ang tunay, na pangwalang-hanggang kasiyahan kung saan Ikaw ay ginawa ako at hindi para sa lumilipas na egotistikang kasiyahan. Ano ang magagawa ko upang paligayahin Ka, tulad nang isang anak na nagnanais na ang kanyang ama ay maging masaya?"

Ang kasagutan ay nakapaloob sa katanungan mismo: Ang tumanggap upang magbigay nang kagalakan. Paano? Sa pamamagitan nang pagbabago ng intensiyon. Sa halip nang karaniwang maka-sariling intensiyon, kinakailangan kong bumuo ng isang intensiyon kung saan ang aking pagkilos ay nagpapaligaya sa Maylikha. Ito ay maaari lamang kung, sa isang partikular na antas (*Hesed*, halimbawa), ikaw ay "makikita" Siya. Yaon ay, iyong malinaw na mararamdaman ang kariktan nang katangian nang pagkakaloob, at nang lubos na kababaan at kahungkagan ng ego. Kung ang Maylikha ay diringgin ang iyong mga pakiusap at gawaran ka nitong paghahayag, magagawa mong baguhin ang iyong intensiyon. Hahangarin mo na maging nasa pagkakaloob, sa pagtanto na wala nang mas dakilang tuwa para sa Maylikha kaysa dito. Kung ito ay mangyayari, ito ay nangangahulgan na ikaw ay nakapagtayo nang isang "pananggalang."

Ang Pananggalang (Screen)

Ang Pananggalang ay ang puwersang nilalabanan ang mga egotistikang hangarin. Kung iyong makakamit ang puwersang ito, ikaw ay nasa mahusay na kalagayan, patungong diretso sa Maylikha. Dito kailangan kong idagdag na hindi mo magagawang magtayo nang pananggalang sa iyong sarili lamang. Sa halip, ito ay dapat matamo sa pamamagitan nang paulit-ulit na paghingi nito sa Maylikha, bilang Mataas na Antas. Ang Mataas na Antas sa espiritwal na mundo ay ang antas na kaagad na nasa itaas nang iyong kasalukuyang antas. Ang antas na ito ay ang iyong Maylikha. Ito ay kung paano mo matatamo ang isa sa mga pangalan ng Maylikha (na ating nabanggit sa unahan).

Sa bawat isang antas, iyong makikilala ang Maylikha nang mas maigi, ibig sabihin parami nang parami ang mga pangalan ng Maylikha na iyong maihahayag hanggang sa marating mo ang kumpletong paghahayag ng Maylikha.

Kung gayon, paano mo nakakamit ang pananggalang? Sa sandaling ang Mataas na Antas ay naramdaman na ikaw ay handa nang gawin ang anumang bagay upang makamit ito. Ang pahimakas ay dapat nagmumula sa kaibuturan ng puso: "Bigyan mo ako nang lakas upang magkaloob na katulad Mo… Tulungan mo ako na maiwasto ang aking sarili, ako'y nagsusumamo sa Iyo." Kung ang iyong pakiusap ay tapat, iyong matatamo ang pananggalang (screen).

Yaon ay, dapat mong "maiwasto" ang egotistikang mga hangarin nang intensiyon na magkaloob. Sa bawat araw, ito ay parang inilalagak mo ang iyong "Ako" sa "klinik" at humihingi ka ng lunas - ang pananggalang na magbubukas ng iyong mga mata at makikita ang tunay na larawan ng reyalidad. Sa klinik na ito, ikaw ay binibigyan ng mga karagdagang egostikang hangarin kung saan ikaw ay dapat magsimulang gumawa at maramdaman, na masuri ang iyong pagtingin sa mga ito, na matanto kung gaano kalakas ang mga ito, at nang sa gayon upang mahiling ang pananggalang - ang puwersa na tutulong sa iyo upang hindi bumagsak mula sa antas na ito.

Ang layon ay malinaw - upang maiwasto ang iyong ego, na ibinibigay sa iyo nang baha-bahagi habang ikaw ay umaangat at humihinog. Kaya ikaw ay unti-unting sumusulong nang antas kada antas. Sa sandaling nalagpasan mo ang isang bahagi ng egoismo, ikaw ay binibigyan nang pagkakataon na umangat, upang makarating sa kasunod na bunton ng mga egotistikong hangarin. At pagkatapos, magsisimula kang magawa ang mga ito, sa pagwawasto ng iyong intensiyon mula sa egoistiko tungo sa altruistiko, kaya iyong masasabi, "Ako ay tumanggap at sa ganitong paggawa, nagbibigay ako sa Iyo nang kasiyahah." Ang bawat antas ay nagtataglay nang sarili nitong gawain, sarili nitong pananggalang, isang bagong pangalan ng Maylikha.

Ang Anim na Araw ng Paglikha ay tumutugma sa *Sephirot* sa sumusunod na paraan: ang *Hesed* ay ang unang araw, ang *Gevura* ay ang ika-dalawa, ang *Tifferet* ay ang ikatlo, ang *Netzah* ay ang ika-apat, ang *Hod* ay ang ika-lima, at ang *Yesod* ang ika-anim.

Itong anim na magkakasunod na pagwawasto, tinawag na "ang anim na araw ng paglikha," ito rin ay ang anim na milenyo (sanlibong taon) ng Paglikha, o ang anim na antas nang pagsusuri sa isang sarili. Sa kabuuan nang panahong ito, ang sangkatauhan ay walang kapagurang nagsumikap na iwasto ang egoismo nito. Di-sinasadya, tayo'y nabubuhay sa taong 5782, ang dulong bahagi nang ika-anim na milenyo.

Ngayon, iyong maitatanong, "Ano ang tungkol sa pinal na Ika-Pitong Antas?

Sabbath (Sabado) Ang Ika-Pitong Antas

Ang ika-pito at huling antas ay tinawag na "ang ganap na malayang nilikha," na nagnanais na tumanggap at mAdana ang sarili nito bilang isang tagatanggap. Ito ang pinal na yugto nang bawat antas. Ito rin ang ating ugat.

Ang antas na ito ay hindi makakayang iwasto ang sarili nito, sapagkat ito ay walang-halong purong egoismo, ang pundasyon nito. Matapos lamang na ito'y maranasan ang nauunang anim na mga pagwawasto (mga araw ng paglikha), na ito ay magagawang makamit ang kakayahan upang "maipaloob" ang mga ito (pagwawasto) at maangkin ang kanilang mga katangian.

Samakatwid, ang layon nang "Ika-Pitong Araw" ang makuha ang lahat nang nalikha at natipon sa panahon nang nagdaang anim na araw, at magbunga ng isang ganap at malayang nilikha.

Ang ika-pitong antas na ito ay tinawag na "ang Sabbath." Ito ay espesyal na araw sapagkat sa katayuang ito, ang mga kaluluwa at natitigib nang Mataas na Liwanag. Ang tanging pasubali lamang ay ang hindi pagsansala sa prosesong ito, na kinakatawan ng mga batas ng Sabbath. Iyong bibitawan ang mga sagwan, at magpapaanod sa daloy tungo sa Liwanag. Susuko ka sa mga batas na ito at sa gayon at pananatilihin ang iyong ego sa "off" na posisyon. Ito rin ay nasusulat na, "Siya na gumagawa sa loob ng anim na araw ay magkakaroon ng pagkain sa ika-pito." Ibig sabihin nito na kung ikaw ay gumawa sa iyong mga hangarin sa buong anim na antas; sa anim na milenyo, iyong matatanggap ang lahat nang inihanda ng Maylikha para sa iyo. Ito ang Mataas at Banal na Liwanag ng kasaganaan at kagalakan.

Ang Pitong Araw Ng Paglikha

Ngayon ating sumahin ang pitong araw ng Paglikha. Ano ang dapat na resulta ng tumpak na panloob na gawain? Ang kaluluwa ay aangat mula sa egotistikong antas tungo sa isa na pagkakaloob. Ito ay nakakamit sa pamamagitan nang pitong magkakasunod na pagwawasto, na tinawag na "pitong araw ng linggo."

Ang bilang na pito ay numero ng Maylikha. Ang sistema na namamahala ng ating mundo ay binubuo ng pitong bahagi. Sa ganitong kadahilanan, ang ating mundo ay nahahati sa pamamagitan ng pito at pitumpo: pitumpong bayan ng mundo, pitong araw ng linggo, pitong kulay ng spectrum, pitong nota ng musika, ang kaluluwa ng tao ay nahahati sa pitumpong bahagi, ang buhay ng isang tao ay binibilang sa ikot ng pitumpong taon, at sa ika-pitong milenyo, ang tao ay tatanggapin ang gantimpala na kanyang pinaghusayan.

Muli, tayo'y nabubuhay sa taong 5782. Ano ang naghihintay para sa atin sa nalalabing mahigit na 218 daan na taon bago ang ika-pitong milenyo ay sumapit? Tayo ba ay uupo lamang doon at hahayaan lamang itong dumaan. Hindi. Maaari tayong makabilang sa proseso na inumpisahan sa itaas na tumagal ng 6,000 libong taon, at pabilisin ito. Ang pakikialam na ito ay nagsimula na. Ang lahat ng mga pantas ay tinukoy ang parehong taon nang 1995, bilang taon kung kailan ang proseso ng may kamalayang pagwawasto ng mundo ay nagsimula. Ito ay binabanggit sa maraming sulatin na nilikha ng mga dakilang Kabalista nang nakaraan, kasama na ang *Ang Aklat ng Zohar*.

Sa katunayan, simula ng taong 1995, parami nang parami ang mga tao sa buong mundo ay tumatahak sa landas ng pagwawasto.

Datapwat, may mga piling nilalang na magagawang pumailalim sa prosesong ito nang hiwalay, nakakamit ang Mataas na Mundo at nangyayaring mAdana ang Mataas, perpektong reyalidad bago pa man ang iba. Dagdag pa rito, ang buong landas ng pagwawasto, kapag natawid nang buong kamalayan at may pagsang-ayon, ay mararamdaman na parang isang walang katulad na pakikipagsapalaran.

Ito ang ating layunin sa pag-aaral ng istruktura at pagkilos ng sistemang ito nang sanlibutan - upang malaman nang buong katiyakan kung saan at paano natin magagawang makilalam sa proseso, baguhin ang ilang bagay, at makamit kaagad ang pagwawasto.

Ang katotohanan, ang isa ay hindi tuwirang pakialaman ang kanyang ugat, ang pinagmulan kung saan siya ay sumulpot, dahil siya ay umiiral sa mas mababang antas at humahango mula dito.

Gayunpaman, sa pamamagitan ng pagwawasto sa kanyang sarili, at pagtutulad ng kanyang katangian sa kanyang ugat, ang isang tao ay nababago ang paraan kung paano niya nararamdaman kung ano ang dumarating mula sa itaas: sa halip na walang hintong mga hambalos, mga problema at pang-araw araw na pagdurusa, siya ay magsisimulang makaranas ng katiwasayan, kapahingahan, perpeksiyon, at walang patid na pagtatamo.

Tayo ay ginawa ng Maylikha sa tanging layunin na magagap ang Mataas na Mundo at angkinin ang kontrol sa ating kapalaran.

Ang Mataas Na Hangarin

Ating narating ang sandali nang pagsilang nang "ang tao sa ating kalooban." Isang bagong "makataong" hangarin ay isinilang sa ating kalooban. Bigyan natin ang ating sarili nang sandali at matiming suriin ang saloobing ito at lahat nang mga kaakibat nito.

Tungkol sa puntong ito, tayo'y babaling sa sinaunang mga pinagmulan na sumusuhay sa Pentateuch. Ito ay tinawag na *Midrash* (ang Bigkas na Torah). Ito ay isinalin nang binibigkas mula sa isang guro tungo sa mag-aaral sa loob ng libo-libong taon. Umabot ito sa ating panahon kasabay nang Matandang Tipan (Old Testament), at iginalang na katulad nang nakasulat na Tipan.

Ang sumusunod na sulatin ay nagmula sa *Midrash* sa pagkakalikha ng tao: "Noong ang Isang Banal, pagpalain nawa Siya, ay dumating upang likhain si Adan, ang mga nangangasiwang Anghel ay binuklod nila ang kanilang mga sarili sa mga grupo at mga pangkat, ang ilan sa kanila ay nagsasabi, 'Hayaan natin siyang malikha,' samantalang may mga ibang nag-uudyok na, 'Huwag nating hayaan na siya ay malikha.'"

"Ang Pag-ibig ay nagwika, 'Hayaan natin siyang malikha, sapagkat siya ay mamahagi nang mga pagkilos nang pagmamahal.' Ang katotohanan ay nagsabi, 'Huwag natin siyang hayaang malikha, dahil siya pinagsama-samang kabulaanan.' Ang Matuwid ay nagsalita na 'Hayaan natin siyang malikha, sapagkat siya ay gaganap nang matuwid na mga gawa.' Ang kapayapaan ay nagbadya, 'Huwag natin siyang hayaang malikha, dahil siya ay tigib nang sigalot'...

"Ang mga nangangasiwang anghel ay nagsabi sa Panginoon: Pinakadakila ng Sanlibutan! Ano ang tao na Ikaw ay nag-aalala sa kanya, ang anak ng tao, na Ikaw ay nag-iisip tungkol sa kanya? Ang problemang ito, para ano na ito ay nilikha?'

"Kung gayon,' Kanyang sinabi sa kanila, 'Ang mga tupa at baka, ang lahat nang mga ito, bakit, bakit ang mga ibon ng himpapawid at ang mga isda ng karagatan ay nilikha? Isang tore nang mga magagandang bagay at walang panauhin - anong kasiyahan mayroon ang may-ari nito sa pagpupuno nito?"

Ano ang ibig sabihin nang pangungusap na ito, na nagsasaad sa "pag-uusap" nang Maylikha at nang mga anghel? Ang Maylikha ay ang pinag-isang Batas ng Kalikasan, ang Batas ng Pag-ibig at pagkakaloob, na nananahanan sa ating kalooban at sa ating buong kapaligiran. Siya ay hindi nagbabago at walang-hanggan. Hindi natin Siya nadarama dahil tayo ay nabubuhay nang lubos sa kakaibang mga batas, subalit ang buong layunin nang ating mga buhay ay ang maihayag Siya.

Ang mga "anghel" ay puwersa nang kalikasan (ang Maylikha), na tumatalima sa Batas at walang kakayahan na kumilos o magisip nang nagsasarili. Iyong masasabi na ang mga anghel ay simpleng kumakatawan sa mga puwersa na naglilingkod sa Batas ng Pag-ibig at pagkakaloob.

Isaisip na ang *Midrash* ay nagsasabi kung ano ang inihayag nang mga Kabalista - yaong mga nakapagsimula sa pagwawastp at natuklasan ang puwersa ng pagkakaloob, ang Maylikha.

At natural, ang nagsasalungatang mga puwersa ay nagsimulang magpamalas, isikinatawan ang kalikasan nang tao, na lubusang egoistiko at masama.

Isang guni guni ang pagsindi ng flashlight sa pusikit na kadiliman. Habang iniilawan nito ang iyong paligid, iyong natuklasan na ikaw ay matagal nang nakaupo sa isang pusali. Sa una, maiisip mong parang mas mainam pa na manatili ka na lamang sa kadiliman, subalit hindi yaon ang usapin. Kahit paano, ngayon ay alam mo na ang pinanggagalingan ng mabahong amoy, at kung bakit ka matagal nang kapus-palad. Ang ating tungkulin ay upang linisin ang pusali, pigilan ang ating egoismo. Paano? Ito ang buong katiyakan ay kung ano ang ipinapaliwanag ng *Midrash*.

Ito ay nagsasabi sa atin na ang tao ay parang "nakabitin" sa pagitan ng dalawang magkasalungat na puwersa, nakalugar sa kalagitnaang punto sa pagitan nang mabuti at masama. Siya ay naninimbang sa pagitan nang mga ito, at ang mga puwersang ito ay gumagalaw sa loob niya. Katulad nang ating madalas na sinasabi, "Ako ay nasa pagitan nang langit at lupa."

Ni Semion Vinokur

Kaya sa gayon, sa loob natin ay mga puwersa (mga anghel) na bumabalanse sa Kalikasan, na nagsasalita "para sa paglikha ng tao" (sa loob natin). Pagkatapos mayroong "mga anghel" na hindi bumabalanse sa Kalikasan na laban sa paglikha ng tao. "Nalalaman nang mga ito sa una pa lamang" na ang tao ay gagamitin ang mga ito para sa kasamaan, pipinsalain ang sarili nito at ang buong mundo. Sa ganitong nabanggit, isaisip na ang lahat nang mga puwersang ito - ang mga anghel na nagsasalita nang laban at hindi - ay mga puwersa nang Maylikha. Ang lahat nang bangayang ito ay isinagawa nang Maylikha para sa nagiisang layunin: nang sa gayon, tayo ay malayang pipili kung saan tayo papanig.

Ang tao ay isinilang na isang egoista. Magmula sa umpisa, siya ay nakalubog sa pag-aalinlangan at mas gusto ang kabulaanan kaysa sa katotohanan. Ito ang dahilan kung bakit ang katangian nang katotohanan, na tinawag na "ang selyo nang Maylikha," ay tumatanggi sa paglikha sa tao. Ito ay para sa kanyang sariling kabutihan - upang mapigilan siya sa pagdurusa, dahil hindi siya nakabalanse sa pangkalahatang batas.

"Ang Katotohanan ay nagsabi, "Huwag natin hayaan siyang malikha, dahil siya ay pinagsama-samang kabulaanan.' Ang Matuwid ay nagwika, 'Hayaan siyang malikha, dahil siya ay gaganap nang mga matuwid na mga gawa.'"

Buong katiyakan dahil ang tao ay isang egoista, siya magkakaroon nang pagkakataon na matanto ito, at pagkatapos ay magpapakita nang awa. Salamat sa kanyang mabubuting gawa, magagawa niyang matanto kung ano ang mabuti, upang pagkatapos kanyang makakamit ang katangian nang pagkakaloob at iwasto ang kanyang sarili. Ito ay tulad nang parang ang "anghel" na ito ay sinasabing, "Ang lahat ng katangian nang tao ay maiwawasto sapagkat ako ay nabubuhay sa kalooban niya, kaya huwag mag-alala."

Subalit naroroon din ang "anghel ng kapayapaan."

"Sinabi ng Kapayapaan, 'Huwag siyang hayaang malikha, dahil siya ay tigib nang sigalot.'" Siya ay nagprotesta dahil ang tao ay kabaligtaran ng kapayapaan. Siya nabubuhay para sa kanyang sarili at ang kanyang tanging pag-iisip ay ang ariin ang bawat bagay. At kung ang bawat isa ay magnanais lamang na tumanggap para sa kanilang mga sarili, nang walang kahihiyan na magsasamantala sa iba, anong uri nang kapayapaan ang maaaring magkaroon?

Ang tao mabalasik, nagsasaya sa paghihirap nang iba, nagpupursige na manakit ng iba, at nangangarap na mangamkam nang higit pa sa kanyang pangangailangan. Ang kanyang masamang katangian ay nagaangat sa kanya sa ibabaw nang mala-hayop na antas, subalit samantalang ang mala-hayop na katangian ay kasang-ayon ng Kalikasan, ang tao ay hindi.

Ang leon at ang baka ay kumukuha lamang sa kanilang kapaligiran kung ang kanilang pangangailangan para sa kanilang buhay, ngunit ang tao ay hindi. Ang Kalikasan ay itinakda ang ganitong pagkilos sa mga hayop, ngunit hindi sa tao. Walang isa mang katangian sa tao na kanyang ginagamit para magkamit nang kapayapaan. Ang hinagap nang kapayapaan ay nangangahulugan nang sumusunod: *Kukunin ko lamang ang kailangan ko upang mabuhay; ang naiwan ay hindi sa akin.*

Siya ay isinilang nang mayroong kakatuwang hangarin na mangibabaw at pagharian ang buong mundo para tugunan ang kanyang mga pangangailangan, na kabaligtaran sa Kalikasan ng Maylikha nang pagkakaloob. Ito ang dahilan kung bakit ang anghel ng kapayapaan ay nagsasalita nang madiin laban sa paglikha ng tao, sapagkat nagdadala lamang siya nang pag-aalitan at digmaan sa mundo.

At ang totoo, ating makikita na ang kasaysayan ng sangkatauhan ay isang prusisyon nang mga digmaan. Kung ang tao ay mapapalawak ang kanyang pagkilala sa kanyang buod na kalikasan, kanyang matatanto na ang lahat ng kanyang iniisip ay kung paano niya magagamit ang iba para sa kanyang sariling pakinabang. Ito ang ating ibig sabihin sa "digmaan": ang walang hintong pang-aagaw nang pag-aari nang iba, na tulad nang, ang pag-aalipin nang ibang "Ako" nang aking sariling "Ako."

Ang kabuuang pagsulong nang sangkatauhan sa buong milenya ay nagbunga sa pag-unlad nang mga armas na pang maramihang paglipol. Ang tao ay nagsaliksik ng mga kaparaanan upang maghari, makinabang, at gamitin ang kanyang lakas upang maitaas ang kanyang sarili sa iba. Ito ang dahilan kung bakit ang anghel nang kapayapaan ay tama sa pagsasabing ang tao ay puno nang pag-aalitan. Walang isa man sa kanyang pagkahilig ay nakatuon tungo sa pagkakamit nang pagbabalanse sa kanyang kapaligiran na hahayaan siyang pagbigyan ang iba nang nararapat sa kanila. Sa halip, ang tao ay nagpupursige na makamit at makontrol ang lahat ng bagay na pag-aari ng iba.

Ang *Midrash* ay nagsasabi na sa ganitong anyo, ang tao ay ni hindi dapat dumating sa mundong ito. Ang dahilan ay malinaw: ang *Midrash* ay isang katuruan na "namumuhay" sa loob ng tao, ngunit kanyang nilalabanan ito at hindi ninanais na mabuhay ayon sa mga katuruang ito. Samakatwid, ang mga anghel na tumanggi sa paglikha ng tao sa panimula ay tama. Sa nabanggit na mga kalagayan, ang tao ay hindi marapat na likhain, dahil siya ay kasalungat sa lahat ng Kalikasan.

Datapwat kapag ang tao ay ginagamit ang kanyang kapangyarihan nang tumpak at nakakamit ang pagwawasto, siya ay nagiging hari sa ibabaw ng Kalikasan at ng mundo, at ang buong proseso ay nagiging maka-layunin, at ang tao nagiging kapantay ng Maylikha.

Ito ay nabanggit na, na ang Maylikha ay ang pangkalahatang batas ng Kalikasan, na kinabibilangan nang lahat ng "mga anghel," na pinangalanang mga puwersa at mga partikular na batas. Ang Maylikha ay sinabi sa kanila, "Gayunpaman, Ako ay para sa paglikha ng tao, sa kabila nang kanyang mga kahinaan, sapagkat Aking nakikita na sa prosesong ito siya ay magtatamo ng isang espiritwal na antas. Na yaon ay Aking kinakailangan sa kanya. Iwawasto niya ang kanyang sarili. Aalisan niya ang kanyang sarili ng kanyang ego at lalapit sa Akin. At kapag ginawa niya ito, gagawin niya ito sa sarili niyang pasiya, na hindi bilang isang alipin ng Aking Liwanag. Ito ang pinakamahalaga."

Kaya, ang Maylikha ay hindi ipinag-aalala ang panimulang katayuan ng Paglikha at ang lahat nang mga katayuan na ating pagdaraanan. Kanyang nakikita na tayo sa ating panghuling katayuan na siyang layunin ng ating buhay.

Ang tunggalian na inilarawan sa *Midrash* ay palagiang nasa kalooban ng tao. Sa bawat hakbang, sa bawat sandali ng kanyang buhay, ang tao ay gumagawa upang itatag ang balanseng ito, nang sa gayon ay magdala nang balanse sa buong mundo. Hindi maaaring tumindig siya nang walang pagkibo, sapagkat ang bawat katayuan ay nagtutulak sa kanya upang kumilos, at kanyang pinipili ang bawat landas sa kanyang bawat isang hakbang. Sa bawat sandali, ang tao ay dapat umugnay sa layunin ng Paglikha, nagsusuri kung bakit ang Maylikha ay ipinasyang likhain siya, sa kabila nang lahat nang mga puwersa at mga katangian na sumalungat sa kanyang paglikha. Sa katunayan, ang layon nang gawain ng tao ay nakalagak sa pagbibigay-katwiran sa kanyang sariling pagkakalikha.

Ito ang kung ano ang nagaganap sa bawat isa sa atin, kinakailangan lamang na maging sensitibo tayo dito.

Sa Ano Ginawa Ang Tao

Ang Maylikha ay ninais na gawin ang katawan ni Adan. Ito ay kung paano Siya gumawa: Upang maihugis ang mga kamay at mga biyas ng Adan, ang Maylikha ay kumalap ng lupa mula sa lahat nang sulok ng daigdig. Para sa kanyang balakang, Siya ay kumuha sa lupa ng Babylon. Upang ihugis ang ulo ni Adan, ang pinakamahalagang bahagi ng katawan ng tao, kumuha Siya sa lupa nang *Eretz Ysrael* (Ang Lupain ng Israel). Ang Maylikha ay tinipon ang lupa sa tuktok ng Mount Moriah, kung saan ang altar nang pag aalay ay ilalagak sa Templo. Hinaluan Niya ito nang tubig na kinuha mula sa lahat ng karagatan ng mundo, at sa nabuong putik, Kanyang hinugis ang katawan ng tao.

Malinaw, ang *Midrash* ay hindi nagsasabi tungkol sa kung paanong ang pisikal na katawan ng tao ay nagawa, o kaya ay tungkol sa paghahalo ng putik at lupa at tubig, tulad nang paglalaro ng mga bata ng timba at pala o nang mga magpapalayok na humuhubog ng putik na maging palayok. Sa halip, ang *Midrash* ay naglalarawan paanong ang tao ay ipinaloob sa sarili nito ang lahat ng mga puwersa sa mundo. Narito ang kung ano ang nasusulat, "Upang hubugin ang mga kamay at paa ng Adan, ang Maylikha ay kumalap ng lupa mula sa lahat ng sulok ng mundo." Ibig sabihin nito na ang tao ay tinataglay ang mga hangarin ng buong mundo ("lupa mula sa lahat ng sulok ng mundo"). Kung kanyang maiwawasto ang mga ito, kung gayon, kanyang maiwawasto ang buong mundo.

"Kanyang hinalo ito ng tubig na hinango mula sa lahat ng karagatan ng mundo, at mula sa nabuong putik Kanyang hinubog ang katawan ng tao." Ang "tubig" sa tao ay kumakatawan sa puwersa ng pagkakaloob, ang katangian nang altruismo, na bumubuhay sa bawat bagay, na kinalap din mula sa buong mundo.

Kaya ang parehong hangarin na masiyahan (lupa) at ang hangarin na magkaloob (tubig) ay umiiral nang buong kasaganaan sa tao. Ang mga ito ay magkahalo at magkasamang magkaugnay sa bawat hangarin ng tao. Kailangan lamang nating makilala ang puwersa ng pagkakaloob at magamit ito upang iwasto ang puwersa nang pagtanggap upang ang pagkakaloob ay mangibabaw sa pagtanggap. Pagkatapos ang lahat ng ating mga hangarin na masiyahan, ay matitipon sa ating lahat mula sa lahat nang "bansa" nang mundo, at mapapasigla lamang ng katangian nang pagkakaloob.

"Upang hubugin ang ulo ni Adan, ang pinakamahalagang bahagi ng katawan ng tao, Kanyang kinuha ang lupa ng *Eretz Ysrael* (Ang Lupain ng Israel)."

Ang Maylikha ay ginawa ang "ulo" nang tao mula sa "lupa" nang Israel, mula sa mga hangarin na nakatuon sa Maylikha. Kaya, ang lahat nang paghahangad nang tao ay dapat nakatuon sa pagkakamit nang mga katangian nang Maylikha. Ang Israel ay nanggaling mula sa mga salitang *Yashar El*, ibig sabihin na "diretso" (*Yashar*) at *El* (tungo sa Maylikha).

Ang Maylikha ay kinuha ang "lupa" para sa "katawan ng tao" mula sa Babylon, ang antas na may kinalaman sa katangian nang pagkakaloob. Hindi ito aksidente na ang Babylon ay ang pinangyarihan ng isang malaking krisis na tinaguriang "ang Tore ng Babel." Ang mga taga Babylonya ay nagnais na magtamo ng Kabanalan sa pamamagitan nang puwersa nang pagtanggap, ngunit ito ay hindi maaari. Matapos na ang mga tao ay pinagwatak-watak at natanto ang kawalan nang saysay ng kanilang mga paghahangad, sila ay muling nagsama-sama at nakamit ang antas ng Maylikha sa tulong ng puwersa ng pagkakaloob.

(Hayaan mo akong paalalahanan ka na ating pinag-aaralan ang mga ugat, na mga puwersa ng Maylikha. Ang bawat bagay na naganap sa pisikal na larangan, sa lupang ito, ay mayroong Mataas na espiritwal na ugat. It ang dahilan kung bakit ang "Tore ng Babel," na umiral sa korporyal na mundo ay umiral din sa atin).

"Ang Maylikha ay inilagak ang tinipong lupa sa tuktok ng Mount Moriah, kung saan ang altar nang pag-aalay ay malalagak sa Templo. Kanyang hinaluan ito nang tubig na hinango mula sa mga karagatan nang mundo, at mula sa nabuong putik Kanyang hinubog ang katawan nang tao."

Saan ginawa ang tao? Siya ay ginawa sa isang espesyal na lugar kung saan ang espiritwal na ugat ay dumadantay sa korporyal na ugat, sa punto na nagtatagpo ang dalawang magkatabing antas. Gayunpaman, bagamat ating nababanggit ang dalawang magkatabing antas, mayroong isang malaking puwang sa pagitan nila. Ang sugpungang ito ay nagsasabi na eksakto sa ibabaw ng "Mount Moriah," ang *Sephirot* ay bumaba mula sa kalangitan at humipo sa lupa.

Ang reyalidad sa ibabaw ng "Mount Moriah" ay tinawag na espiritwal na reyalidad, kung saan ang lahat nang umiiral sa ibaba ay tinawag na "ang materyal na mundo." Ang tuktok ng Mount Moriah ay isang espiritwal na taluktok, ang maaaring pinakamataas na punto sa mundong ito, kung saan ang Banal ng mga Kabanalan ay itatayo. Ito ay nakakatayog sa ibabaw ng lahat ng materyal na bagay ng mundong ito, at ang pinaka dakilang espiritwal na puwersa ay magsasama-sama doon. Ito ang kung saan eksaktong ang tao - ang "tagapag ugnay" sa pagitan ng materyal at espiritwal na mundo - ay nalikha.

Ang parehong mundong ito, ang materyal at espiritwal, ay nasa sa kay Adan, at siya ay magagawang maitatag ang balanse sa pagitan ng mga ito, gamit ang mga ito bilang isang nag-iisang kabuuan. Sa ganitong paggawa, kanyang inaangat ang ating pangkalahatang reyalidad sa espiritwal na antas.

"At pagkatapos ang Panginoon ay hinubog ang tao mula alabok ng lupa, at inihip sa kanyang ilong ang hininga ng buhay; at ang tao ay naging isang buhay na kaluluwa." Hindi natin dapat kalimutan na tayo'y palaging nag-uusap nang kung ano ang nagaganap sa panloob natin. Ito ay kung saan ang "tao" ay "isinilang" lamang. Ikaw ay sumailalim sa mga yugto nang pag unlad ng pirmi, mala-halaman, at mala-hayop na mga hangarin, at ngayon hindi ka na napupunan ng lahat na may kinalaman sa mga ito. Sa ngayon, iyong ninanais ang ibang antas - ang espiritwal na antas.

Kung iyong natatagpuan ang iyong sarili na nag-iisip nang ganito, ito ay nangangahulugan na ang punto sa puso ay napukaw na sa kalooban mo at hinihila ka sa Maylikha. Kung hindi mo nais na ang pagkapukaw na ito mawalang-saysay, dinggin mo ang iyong punto at pakinggan ang iyong tinig nang saloobin. Ikaw ngayon ay "nasa linya" sa Isang Mataas. Hindi ka isinilang sa mundong ito upang ipamuhay ang iyong buhay at mamatay. Sa katotohanan, hindi ka nga rin dapat mamatay.

Ikaw ay kasalukuyang lumalabas sa iyong korporyal na ego, ang pinaka mababang katayuan: "At pagkatapos ang Panginoong Diyos ay hinubog ang tao mula alabok nang lupa." Kanyang hinayaan ang "tao" sa loob mo na maramdaman ang tunay at dalisay na katayuan, ang katangian nang pagkakaloob, ng buhay… (sa espiritwal na mundo, ang ego ay kumakatawan sa kamatayan, at ang pagkakaloob ay tumatayo para sa buhay) "…at inihip sa kanyang ilong ang hininga ng buhay."

Ikaw ay magsisimulang makilala ang punto ng puso na humihila sa iyo patungo sa Maylikha. Nasisiyahan kang nasa ganitong katayuan, at ninanais mo na magkamit ang mga pandamang espiritwal. Ito ang ibig sabihin nang "…at ang tao ay naging isang buhay na kaluluwa." Ang tao sa loob mo ay isinilang na. Kung susundin mo ang "taong" ito, tiyak na gagabayan ka Niya tungo sa "lupa na dinadaluyan ng gatas at pulot," at doon iyong makikita ang Maylikha.

Ano ang ibig sabihin nang upang "makita ang Maylikha"? Mayroon Siyang maraming pangalan, ngunit ang isa na nakaka-ugnay sa atin ay *Boreh*. Ito ay binubuo nang dalawang salita: *Bo* (lumapit) at *Re'eh*) (makita). Ibig sabihin, iyong makikita ang Maylikha; walang iba pa na makakagawa nito para sa iyo.

Ni Semion Vinokur

Ang Hardin ng Eden

"At ang Panginoong Diyos ay nagtanim ng isang hardin sa gawing silangan, sa Eden, at doon Kanyang inilagay ang tao na Kanyang hinubog."

Ano ang isang "hardin?" Ito ay ang katangian ng tao, na kapag ginamit nang tama, ay magbibigay sa kanya nang pagkakataon upang marating ang espiritwal na mundo. Ang "hardin" na ito (katangian ng tao) ay "itinanim" para sa tanging layunin na magabayan tayo sa Layunin. Ang hardin ay "itinanim" sa loob natin ng Maylikha, na ibig sabihin na hindi natin magagawang ipalagay sa ating mga sarili ang anumang mga katangian.

Subukang gunigunihin na ang mga tao sa paligid mo, ang buong sanlibutan, ay ang lahat nang mga katangian na inilapat sa iyong kamalayan. Ito ay lumilitaw lamang sa atin na mga bagay na umiiral sa labas. Ang totoo, habang iwinawasto natin ang ating mga sarili, nagsisimula tayong mAdana na ang lahat nang mga ito ay ating sarilling mga katangian, na umiiral sa loob natin. Mga tao, mga hayop, mga halaman, mga planeta, ang buong mundo at ang buong sanlibutan - ang lahat ng bagay ay umiiral sa loob natin.

Sa sandaling matamo natin ito, tayo ay maiiwan nang harap-harapan sa Maylikha, at ating nauunawaan na walang anumang bagay na umiiral maliban sa atin at Maylikha. (Huwag kang mag-alala kung tila nakakalito ito. Habang ikaw ay nagpapatuloy na linawin ang tunay na kahulugan nang Walang-Hanggang Aklat para sa iyong sarili, ang mga paglilinaw na ito ay hahayaan ka na patuloy na paulanlarin ang pandamang ito.)

"At mula sa lupa ginawa ng Panginoong Diyos na lumago ang bawat puno na kaaya-aya sa paningin at mainam na pagkain; ang puno nang buhay gayundin ay nasa gitna nang hardin, at ang puno nang karunungan nang mabuti at masama."

Kaya iyong makikita na kahit paano natin hatulan o sumpain ang ego, ito pa rin ay ang ating kalikasan. Ang ating hangarin ay egotistiko. Sa *Midrash* ng *Genesis*, ito ay lumago mula sa ego, tulad nang sinasabi, "At ang Makapangyarihang Diyos ay pinalago mula sa lupa ang lahat nang uri ng puno." (Atin nang natututunan na maunawaan ang ibig sabihin ng aklat, at sinasadya kong maging paulit-ulit ang aking sarili upang maipasta sa iyong alaala ang katawagan na kaagad ay mahahayaan ka na makita ang panloob na kahulugan ng lahat na mga korporyal na mga salita at mga pangungusap.)

Kaya ano ang ibig sabihin ng, "ang puno ng buhay na gayundin ay nasa gitna ng hardin, at ang puno ng karunungan nang mabuti at masama"? Ang "puno ng buhay" ay ang mataas na bahagi ng iyong kaluluwa, ang katangian nang pagkakaloob na humihila sa iyo. Ito ay yaong pinaka saloobing katangian na malapit sa Maylikha, kung kaya bakit ito nakasulat na "nasa gitna ng hardin," sa sentro ng lahat mong mga katangian. Ang "puno nang karunungan nang mabuti at masama" ay ang mas mababang bahagi ng iyong kaluluwa, ang katangian nang pagtanggap, ang iyong egotistikong bahagi.

Dito ay kung saan ang usapin nang mabuti at masama ay nangyayari. Nakasalalay ito kung paano mo gagamitin ang iyong ego, at ito ang tinatawag na ang "saloobin" (intensyon). Ito ba ay itutuon sa pagpupuno sa iyong sarili o pagpupuno sa iba? Pagsira o paglikha? Tingnan natin kung ano ang kasunod na mangyayari.

"At isang ilog ang dumaloy palabas ng Eden upang diligan ang hardin." Ano itong ilog na ito na dumadaloy papalabas ng Eden upang diligan ang hardin? Ang ilog ay ang Mataas na Liwanag, na nagpapasigla sa iyong katangian nang pagkakaloob mula sa iyong kalooban, naghahatid nang tiwala na magagawa mong mabuhya ng walang hinahangad na anumang bagay para sa iyong sarili. Paano mo magagawang manindigan na hindi ka magnanais nang anumang bagay para sa iyong sarili? Magagawa mo, kung mayroon kang pagkakataon na ariin ang lahat ng bagay. Ito ang pakiramdam nang kaseguruhan at kapanatagan na ibinibigay ng ilog (Mataas na Liwanag) na dumidilig sa bawat bagay. Ang pagkain mula dito ay kinakaya ang lahat nang mga bagay na mamunga.

At ang Panginoong Diyos ay kinuha ang tao at inilagak sa hardin ng Eden upang pagyamanin ito at pangalagaan. "At ang Panginoong Diyos ay inatasan ang tao, sa pagsasabing: 'Sa bawat puno ng hardin ay malaya mong makakainan; subalit ang puno nang karunungan ng mabuti at masama, hindi mo kakainan ito; sapagkat sa araw na kainan mo ito, ikaw ay tiyak na mamamatay."

Ikaw sa kasalukuyan ay nabubuhay sa isang marangal na katayuan, sapagkat sa wakas iyong natamo ang "pagkatao" sa iyo. Siya ang Adan (Binanggit natin sa unahan na ang Adan sa Hebreo ay nanggaling mula sa salitang *Domeh* (katulad) ibig sabihin kawangis ng Maylikha. Ang lahat ng iyong mga hangarin sa yugtong ito ay nasa naguumapaw na kagalakan sa pagtatamo ng espiritwal na mundo. Napakabuti ang iyong pakiramdam sa Liwanag na ito, at nais mong patuloy na mabuhay at huminga lamang sa ganitong paraan. Ito ang ibig sabihin nang, "At ang Panginoong Diyos ay kinuha ang tao at inilagak siya sa hardin ng Eden upang pagyamanin ito at pangalagaan."

Sa sandaling ito, ito ay tulad na parang nakalimutan mo na sa loob mo ay nagtatago ang ego, na ikaw ay napapaligiran nang egotistikong, makamundong mga hangarin para sa kayamanan, karangalan, kapangyarihan at karunungan. Ito ay tulad nang parang sinabi mo sa Maylikha, "Hindi ko kailangan ang anumang ito; Ako ay simpleng masaya sa pananatili sa Iyong Liwanag."

Bigla iyong narinig ang babala, "Ang lahat ng puno sa hardin, malaya mong makakainan; subalit ang puno ng karunungan ng mabuti at masama, hindi mo maaaring kainan ito; sapagkat sa araw na kainan mo ito, ikaw ay tiyak na mamamatay."

Sa ngayon, ikaw ay nabubuhay sa "hardin" na ito pati na ang iyong mga katangian nang pagkakaloob. Hindi kailanman "makakasama" sa iyo sapagkat ang mga ito ay nakatuon sa pagkakaloob sa iba. Samakatwid, "Ang bawat puno sa hardin malaya kang makakainan."

Datapwat, kung gagamitin mo ang iyong mga egotistikong katangian, "...subalit ang puno ng karunungan nang mabuti at masama, hindi mo kakainan," ang Liwanag ay kagyat na maglalaho at matatagpuan mo ang iyong sarili na nakahiwalay sa Maylikha, ang pangsanlibutang Batas ng Buhay, mula sa pagkakaloob. Ang katayuang ito walang pasubaling tinawag a kamatayan: "...sapagkat sa araw na ikaw ay kinainan yaon, ikaw ay tiyak na mamamatay." Ang kuneksyon sa Maylikha ay buhay; pakikipaghiwalay sa Kanya ay kamatayan.

Ito ay dapat maunawaan na tulad nang ipinaliwanag sa ibaba: Kapag ang "nilalang" ay isinilang sa loob mo, hindi mo dapat pukawin ang buong hangganan ng iyong ego. Dahil hindi mo pa magagawang iwasto ito, hindi mo dapat gamitin ito. Ibig sabihin, ang "nilalang sa iyo" ay hindi dapat kumain mula sa puno ng karunungn ng mabuti at masama, dahil ito ay makakasama sa kanya. Kahit bagamat ang mga prutas ay tila malaki, hinog at malinamnam, ang mga ito ay nakakalason.

Kaya nabubuhay ang "nilalang sa iyo," ang "pantaong" hangarin o ang "Adan" sa iyo, nagdiriwang sa kanyang lubos na kaligayahan. Ang ego ay hindi pa nagpapamalas sa kanya sa anupamang paraan.

Siya ay nasa Hardin ng Eden, sa gitna nang mga pinahintulutang kasiyahan, natutuwa sa kapanatagan nito at sa kanyang pagkakalapit sa Maylikha.

Subalit ito ay tanging pansamantala lamang. Sa Kabbalah, ang katayuan kapag ang egotistikong mga hangarin ay hindi nagagamit ay tinawag na *Katnut* (sanggol). Ito ay kapag iyong walang malay na tinatanggihan ang mga ito, sa pagkaka-alam na ikaw ay masyadong mahina at hindi makakayang umiwas mula sa pagtanggap para sa iyong sarili. Ang katayuang *Katnut* ay inilarawan bilang paglalagay ng isang "pananggalang" (screen) sa egotistikong mga hangarin.

Ito ay parang sinabi mo sa iyong sarili, "Hindi, ako ay hindi tatanggap! Hindi ko magagawang labanan at sa halip kukuha ako para sa aking sarili, at ang lahat ay hahantong sa aking egoismo. Ngunit nais kong matutuong magkaloob na katulad Mo. Kaya, ano ang magagawa ko? Mayroon lamang akong nag-iisang pagpipilian: Hindi ako tatanggap nang anumang bagay. Hindi ko gustong kumuha para sa aking sarili. Walang bagay akong ninanais! Kaya ako ay nagtatayo ng isang pananggalang sa bawat bagay."

Muli, ang isang pananggalang ay kumakatawan sa lakas nang paglaban sa ego. Siyempre, ito ay nangyayari lamang habang patuloy nating nakakayanang labanan, hanggang isang ang kasiyahan na hindi natin makayanan ay dumating. At doon, ang ating panlalaban ay matatapos at tayo ay tatanggap - at ang pananggalang ay mababasag habang tayo ay malulugmok muli sa ego.

Ang ating araw ay hindi pa dumating. Ito ay naghahanda pa lamang sa pagdating...

Ang Asawa Ng Lalaki

"At ang Panginoong Diyos ay nagwika: Hindi mainam na ang tao ay dapat na nag-iisa; Gagawa Ako ng isang katuwang niya na nagmula sa kanya."

Totoo, hindi mainam para sa tao, na ginawa sa wangis at larawan ng Diyos, na mayroon lamang ng kapangyarihan ng

Maylikha at walang anumang bagay mula sa tao, sa sarili nito mismo (ibig sabihin ang kanyang egotistikong katangian). "Hindi mainam na ang tao ay dapat na nag-iisa." Yaon ay, hindi mainam na siya ay nauunsyami ng Liwanag, at walang sariling kalooban. Unti-unti, ang kanyang kalikasan ay dapat mapukaw, ang kanyang ego ay mahahayag sa hangganan na magagawa niyang makontrol ito. Kaya ang kanyang ego ay tatayo sa "likod niya." Ibig sabihin, ang kanyang ego ay magagawang magamit, ngunit mananatiling nasa ilalim ng kanyang kontrol.

"Ang "babae sa atin" ay ang kinakatawan nitong kontroladong ego.

"At ang Panginoong Diyos ay nagsanhi nang matinding antok sa lalaki (Adan), at siya ay nakatulog; at Kanyang kinuha ang isang buto sa kanyang tadyang, at isinara ang lugar ng laman bilang kapalit noon. At mula sa buto ng tadyang, na ang Panginoong Diyos ay kinuha mula sa lalaki, gumawa Siya ng isang babae at dinala ang babae sa lalaki. At ang lalaki ay sinabi, 'Ito ngayon ay buto ng aking mga buto, at laman ng aking laman; siya ay tatawaging Babae dahil siya kinuha mula sa Lalaki.'"

Ang "Tulog" ay isang espiritwal na katayuan, na tulad nang parang ang isang tao ay namatay, kapag lahat nang uri ng Liwanag ay nilisan siya. Sa ganitong malayang katayuan, isang puwersa ay napukaw sa kanya na hindi niya gustong gamitin sa una. Ang lalaki ay hindi gustong pakilusin ang kanyang ego.

Bakit ito ganoon? Siya ay nananahanan sa Hardin ng Eden ng Maylikha at ganap na nasa ilalim ng kapangyarihan ng Liwanag. Ang lalaki ay nabubuhay sa isang uri nang langong katayuan, na sa dakong huli ay dapat siyang maging malaya, sapagkat ang layon ng Maylikha ay magawa ang isang nilikha na katulad sa Kanya, sa halip na alipin nang Liwanag. Sumusunod dito na mas maaga man o sa huli, ang lalaki ay dapat magsimulang pakilusin ang kanyang ego at maiwasto ito.

Sa sandaling ang Liwanag ay "lisanin siya," kapag ang "Adan" sa kanya ay nakatulog, isang "operasyon" ay makakayang isagawa: "Kanyang kinuha ang isang buto sa tadyang nito, at isinara ang lugar ng laman bilang kapalit noon. At ang tadyang, na ang Panginoong Diyos ay kinuha mula sa lalaki, Kanyang ginawa ang isang babae, at dinala ito sa lalaki."

At sa totoo, ito ay hindi tumutukoy sa pisikal na katawan ni Adan. Umaasa ako na ikaw, ang mambabasa, ay nasanay na sa katotohanan na tayo ay tumutukoy sa labas ng mga materyal na larawan nang mga salitang ito para sa kanilang tunay na espiritwal na kahulugan. Tayo'y bumabanggit nang mga hangarin, at wala ng iba pa!

Ang tadyang ay isang "lugar" sa dibdib kung saan ang altruistikong hangarin sa atin ay umuugnay sa egotistikong hangarin.

Sa ating bawat isang mga hangarin ay isang mahina, ngunit lubos na napakahalagang "lugar." Ito ay ang sandali nang pag-aalinlangan at tunggalian, kapag ang tukso ay aangat na tumanggap para sa iyong sarili, kahit bagamat ikaw ay nakapagpasiya nang "magbagumbuhay" at maging tanging nasa pagkakaloob. Ito ang materyal kung saan kinuha at ginawa ang "iyong panloob na babae," at ito ay nabubuhay sa bawat isa sa atin.

Ang materyal na ito ay yaong napaka karaniwang katangian na nangyayari sa pagitan nang hangarin na magkaloob at pagnanais na tumanggap.

Maaari mong itanong, "Ano ba ang sa kanila ay parehong mayroon sila? Ang panlalaking hangarin na nasa loob mo ay ang pagsusumikap na tumanggap nang espiritwal na hangarin sa pamamagitan nang pagkakaloob sa iba, at sa Maylikha. Ito ay naghihintay sa sandali na ang tao ay magpapahayag na, "Ako ay tatanggap lamang nang pinakamababang pangangailangan para sa aking sarili, at buong kagalakan na ipagkaloob ang lahat nang bagay pa sa Maylikha."

Ang pambabaeng hangarin sa loob mo ay nagsusumikap na tumanggap nang espiritwal na kasiyahan, subalit para sa tanging sarili nitong kasiyahan, sa pagkakatanto na ang kasiyahang ito ay ang pinaka malaki sa buhay.

Ang magkaparehong puntong ito ay tinawag na "pagtanggap ng kasiyahan," at ang tanging pagkakaiba ay kung sino ang pinupuno mo sa pagkilos na ito, iyong sarili o ang iba.

Kung ang pagnanais na tumanggap ng espiritwal na kasiyahan para sa sarili (pambabaeng hangarin) ay hindi mapipigilan ng panglalaking hangarin na magkaloob, ito ay ang magiging katapusan/pagyao nang tao (sa espiritwal na pakahulugan).

Subukang unawain na ang iyong nakikita at naaramdaman ay bungang-isip. Sa katotohanan, maliban sa iyo, ang naririyan lamang ay ang Maylikha. Ang "Para sa kapakanan ng Maylikha" at "para sa iyong sariling kapakanan" ay eksaktong parehong bagay. Hanggang sa marating mo ang katapusan ng pagwawasto, ang guniguning ito na ang iba pa ay umiiral ay magpapatuloy. Ngunit pagkatapos iyong makikita na walang "iba pa"; ang naririyan lamang ay "ako at ang Maylikha."

Subalit kung ang hangaring magkaloob (panglalaking hangarin) ay sumuko o kaya ay sumunod sa pagnanais na tumanggap para sa sarili (pambabaeng hangarin), yaon ay magbabadya nang pagpanaw nang tao rin.

Ang pagsulong ay magagawang walang katapusan, dahil ang iyong kaluluwa ay walang limitasyon sa usapin nang kapasidad, sapagkat sa pamamagitan nang kaluluwa ikaw ay umuugnay sa iba. Ang kaluluwa ay ang tagapag ugnay sa iba pang kaluluwa. Magagawa nang isa na mai-ugnay ang sangkatauhan sa kanyang sarili - ang maramdaman, maisip at maunawaan sa kanilang katayuan. Kailangan mo lamang na "lumabas" sa iyong sarili at "pumasok" sa kanila.

Ito ang buod nang prinsipyo sa Bibliya na, "Mahalin ang iyong kapuwa tulad nang iyong sarii." Ang ang ating tunay na egoismo? Ito ay kapag minamahal mo ang iyong sarili nang makaegoistika, hahayaang isantabi ang buong mundo upang sumunggab ng mga bagay para iyong sarili. Kung magagawa mong lumabas sa iyong sarili at isuko ang lahat nang iyong pag-aari, maguumpisa kang maramdaman ang ibang mga tao at maging walang hanggan. Samakatwid, walang limitasyon ang iyong paglagong espiritwal; simpleng hindi lamang itinuro sa atin ang ganitong pag-uugali. Ang bawat isa ay magagawang isakatuparan ang sarili at maging katulad nang Maylikha. Lalu't-higit, ito ay responsibilidad at tungkulin ng bawat isa na gawin ito.

Ating palalawakin ang punto nitong mga pagsisimula nang panglalaki at pambabaeng mga hangarin at lilinawin ang kinakailangang mga sukatan. Pasumandali, ating unawain na ang kanilang tunay na pagsasanib ay nakasalalay sa pagsuko sa Liwanag, sa paghahangad dito kahit anupaman.

Sa paglalagom, ang pagpapamalas ng isang egotistikong katangian ni Adan, na hindi niya naramdaman noong una, ay ang pagsilang nang "babae," ang karagdagang, panlabas na anyong tinawag na "Eva." Si Adan at si Eva ay iisang laman, na sila'y nalikha sa pagitan nilang dalawa, isang kumbinasyon na mayroong karapatan na mabuhay nang nakapag-iisa. Sila'y nagtutulungan sa isa't-isa, samantalang bago noon, sila, (ang hangaring magkaloob at pagnanais na tumanggap) ay hiwalay sa isa't-isa.

Kung kaya ang isang tao ay iiwanan ang kanyang ama at kanyang ina, at kakapit sa kanyang asawa, at sila ay magiging isang laman." Hanggang sa sandaling iyon, ang lahat nang ating mga hangarin ay nakasalalay sa natatanging pangangailangan: na manatili sa Hardin ng Eden, na palagiang nasa Liwanag ng

Maylikha. Ito ang ating nararamdaman kapag nasa sandali nang pag-angat, kapag ating iniisip lamang ang espiritwal na kasiyahan, habang ang iba pang mga bagay ay tila hungkag at walang kabuluhan. Ito ay nangangahulugan na tayo ay nasa Hardin ng Eden, "nakaugnay sa 'ating ama at ina.'"

Hindi natin ibinababa ang ating paningin sa "makasalanang lupa," habang iniisip na tayo'y "iniwanan" na ito at ngayon ay nagsisikap na lamang paitaas. Ngunit ang lupa ay hindi matatakasan. Ang ating kalikasan ay egotistiko at dapat na maiwasto. Ang kuneksyon sa lupa ay ang (hangarin na tumanggap) "babae" kung saan ang "tao" ay kumakapit, at nagiging isang laman, ibig sabihin, pag angkin para sa kanyang sarili nang mga maka-sariling hangarin, bagamat hindi pa ipinamamalas ang mga ito. Ang lalaki maging ang babae ay hindi pa natutuklasan ang kanilang mga sarili. "At sila ay parehong hubad, ang lalaki at babae, at hindi nahihiya."

Ang salitang "hubad" ay nagpapahiwatig sa kawalan ng "pananamit" - na yaon ay mga egotistikong hangarin na bumabalot sa tao, parang damit, na ikinukubli ang kanyang tunay, at mula sa simula, ay paghahangad sa espiritwal na mundo.

Sa pagsusuot nang ganitong "mga damit" - mga bago at mas bagong egotistikong hangarin - ang tao ay inilalayo ang kanyang sarili mula sa Maylikha, bagamat ang espiritwal na batayan ay palaging mananatili sa kanya. Kanya lamang kailangan na simulang hubarin ang mga sapin na ito at palaging magsumikap para sa ugat - ang Maylikha na gumawa sa ating lahat. Ito ang ating talagang ginagawa ngayon.

Kung ikaw ay nag-iisip ng isang bagay at isang bagay lamang - kung paano makakatulad nang Maylikha - ikaw kung gayon ay pinupukaw ang isang masidhing impluwensiya nang nagpapadalisay na Liwanag. Ikaw ay "pinapaliguan" ang iyong sarili sa mga tunay na kaisipan sa pamamagitan nang tunay na aklat, at binabasa ito sa paraan nang mga Kabalista sa espiritwal na antas. Ito ay katulad nang ikaw ay nabigyan nang lubid na makakasagip sa iyong buhay. Ngayon ang mahalagang bagay ay magpatuloy sa pagkapit dito.

Ang ibig sabihin nang salitang "Hubad" ay kawalan ng mga maka-egotistikong hangarin. Ito ang dahilan kung bakit ang mga Kabalista ay kahihiyan sa kanilang mga hangarin.

Gayundin, ang mga hayop ay hindi kailangang itago ang kanilang mga kilos; sila ay itinutulak ng kanilang kalikasan, hindi nang kanilang mga egotistikong hangarin. Ang tao ay ang tanging nilikha na namumula sa kahihiyan o kaya ay kinakailangang "pagtakpan" ang kanyang mga saloobin, sapagkat ang mga ito ay lubusang egoistiko.

Subalit sa sandaling ito, sa simula nang landas, ang magkahiwalay na Adan at Eva (ating mga hangarin) ay mga hubad at nakatambad. Wala silang anumang bagay na dapat ikahiya dahil ang mga ito ay umiiral sa isang "mala-hayop" na buhay na gumagalaw ayon sa tawag nang likas na katangian. Ito ang kung ano ay tinatawag na nabubuhay ayon sa tawag nang kalikasan na buhay sa ating mundo.

Ang mga ito (mga hangarin) ay hubad at walang kahihiyan, dahil ang kahihiyan ay ang pagkakatuklas nang isang tao, sa kanyang kalikasan na siya ay kabaligtaran ng Maylikha, kung saan ang Adan at Eva ay hindi pa ito natatanto.

Paglitaw Ng Ulupong

"Noon ang ulupong ay higit na tuso kaysa sa anumang hayop sa parang na ang Panginoong Diyos ay ginawa. At sinabi niya sa babae; Katunayan, sinabi nga ng Diyos, 'Hindi mo dapat kainan ang anumang puno sa hardin." At ang babae ay sinabi sa ulupong: 'Ang lahat ng bunga nang mga puno sa hardin, ay maaari naming kainin; subalit ang bunga ng puno na nasa gitna ng hardin, ang Diyos ay sinabi: 'Ikaw ay hindi kakainin ito, ni hindi mo hihipuin ito, kung hindi ikaw ay mamamatay." At ang ulupong ay nagsabi sa babae: 'Ikaw ay tiyak na hindi mamamatay, sapagkat nalalaman ng Diyos na sa araw na ikay ay kainin yaon, ang iyong mga mata ay mabubuksan, at ikaw ay magiging tulad ng Diyos, na nalalaman ang mabuti at masama."

Ano ang talagang naganap dito? Ako ay naniniwala na ikaw na mambabasa, ay nagsisimulang "maramdaman" ang iyong mga kaisipan at mga hangarin, at tingnan ang kuwentong ito nang kakaiba, at binabasa ito gamit ang iyong panloob na paningin.

Malinaw, ang "ulupong" ay ang iyong maka-egotistikong hangarin, ang iyong kalikasan. (Ang "ulupong" ay ang ika-apat at pinal na yugto ng ego.) Mamaya, ating pag-uusapan ang tungkol sa kung paanong hindi natin magagawang gumawa kasama ang ulupong hanggang hindi tayo lubos na malakas upang mapangibabawan itong pinal na yugto ng ego, na tinawag na *Lev HaEvan* (ang pusong mabato). May magandang dahilan na ito ay tinawag na "mabato." Tanging ang Maylikha lamang ang magagawang makapangibabaw dito, at iyan ay ang mangyayari sa sandaling makumpleto natin ang ating pagwawsto. Ang prosesong ito ay ang Maylikha ang tumatapos.

Maaari mong itanong paanong ang ulupong ay napunta sa Hardin ng Eden? Kung ang isa ay hindi ginagamit ang ulupong para sa masamang layunin, siya ay nabubuhay sa parehong antas tulad nang mga iba pang mga bagay na ginawa nang Maylikha, sa tunay at pinagmulang anyo nang ginawa ng Maylikha. Kung hindi niya gagamitin ang kanyang mga hangarin para sa pagtanggap, ang kanyang egoismo ay hindi nahahayag, at sa ganoong katayuan, siya ay maaaring mapasaroon saanman na kanyang ninanais.

Ikaw ay tumpak na magtanong, "Ano ba ang dahilan na ang ulupong (ating ego) ay inihayag ang sarili nito? Bakit hindi ito

Ni Semion Vinokur

nanatili na lamang na nabubuhay sa Hardin ng Eden, nang hindi itinutulak ang tao sa pagkakasala?

Ang kasagutan ay, na ang tao sa gayon ay mananatili sa antas nang isang anghel, "baog," samantalang ang tunguhin ay para sa kanya na maging nilalang! Ito ang dahilan kung bakit ang ulupong (ego) ay nagpakita ng sarili nito. Buong katiyakan, ito ang kailangan ng tao upang umangat mula sa antas nang Hardin ng Eden tungo sa antas ng Maylikha, sa sarili niyang pagkukusa.

Bakit kung gayon, na ang ulupong ay dumaan kay Eva? Ang Eva ay ang nakatagong ego na nabubuhay na kay Adan (ang hangaring magkaloob). Ang Eva ang tulay na nag-uugnay sa Adan sa tunay, na makapangyarihang ego (ang kalikasan nang tao, dahil ang ego ay magagawa lamang umugnay sa kapwa ego).

Kaya sa pagdating ng sandali nang pagsasakatuparan nang kuneksyon, ang ulupong ay lumitaw sa harap ni Eva: "At kanyang sinabi sa babae: 'Totoo, ang Diyos ay nagsabi, 'Ikaw ay hindi dapat kainan ang anumang puno sa hardin.'"

Sapagkat si Eva ay ang egotistikong bahagi ni Adan, (ang katangian nang pagkakaloob), nilabanan niya ang ulupong dahil ninanais niyang manatiling dalisay si Adan, isang anghel, upang siya ay manatili sa kanyang piling sa Hardin.

"At ang babae ay nagsalita sa ulupong: 'Sa bunga nang mga puno sa hardin maaari naming kainin; subalit ang bunga nang puno na nasa gitna nang hardin, ang Diyos ay sinabi: 'Ikaw ay hindi dapat kainin ito, o kaya ay hipuin ito, kung hindi ikaw ay mamamatay.'"

Datapwat, ayon sa balak nang Maylikha, si Adan ay dapat maging tunay na nilalang, at lumaki mula sa katayauan nang *Katnut* (sanggol) na kanyang kalagayan, tungo sa katayuan nang *Gadlut* (sapat na gulang). Kanyang makakamit ang katayuang ito matapos maipakita ang kanyang ego sa dakong huli sa pinakabuong hangganan nito, datapwat gagamitin ito nang natatangi para sa kapakinabangan nang iba, para sa kapakanan nang Maylikha. Ito ang dahilan kung bakit ang tunay na ego ay iginigiit: "At ang ulupong ay nagsabi sa babae: 'Ikaw ay tiyak na hindi mamamatay sapagkat ang Diyos ay nalalaman na sa araw na ikaw ay kumain doon, ang iyong mga mata ay mabubuksan, at ikaw ay magiging tulad nang Diyos, na nalalaman ang mabuti at masama.'

Sa ibang pananalita, ang ating "ulupong" ay iginigiit na ito lamang ang paraan upang maisakatuparan ang tunay na pagkilos nang pagkakaloob tungo sa Maylikha. Yaon ay, ang pagsasagawa ng isang tunay na pagkilos nang pagkakaloob tungo sa Maylikha, ay napapalooban nang pagkakakabit nang buong egoismo, at pagkakamit nang nilalayon nang Paglikha, tinatawag na pagkakatulad nang anyo sa Maylikha, sa isang lahatang paggawa. (Ang ulupong ay hindi nagsinungaling. Siya ay nagsasalita tungkol sa katapusan nang nilalayon kapag ang lahat nang ito naganap sa iba o anupamang paraan. Mayroon lamang siyang pinaka mabuting saloobin.)

Ang Eva sa lalaki ay iniisip na kanyang talagang magagawa makontrol ang kanyang ego. Malakas ang kanyang pakiramdam at walang pag-aalinlangan kahit isang sandali na hindi siya matitisod sa espiritwal na landas.

Ito kung paano ang pakiramdam ng bawat nagsisimula. Natatandaan ba noong una mong natuklasan ang espiritwal na katotohanan? Nang sandaling iyon ikaw ay lubos na natitiyak na simula sa puntong iyon, na ikaw ay maghahangad lamang tungo sa espiritwal na mundo at hindi na kailanman babalik sa primitibong korporyal na mga hangarin. Iniisip mong magagawa mong "maipaliwanag" sa iyong ego ang lahat nang kagandahan ng espiritwal na landas.

Datapwat bigla kang makakaramdam nang kabigatan ng mga totoong problema, tulad nang pagkakataon na makagawa ng maraming pera, o kaya nang pag-angat sa trabaho na mangangailangan nang labingdalawang oras nang pagtatrabaho sa araw-araw. Ang mga materyal na pakinabang ay magbibigay sa iyo nang panandalian, ngunit totoong nahahawakang bunga tulad ng salapi, paggalang, at mga posibilidad sa karagdagang paglago, at iyong lubos na makakalimutan na kahapon lamang na parang ang Maylikha ay ihahayag ang Kanyang Sarili sa iyo anumang sandali na ngayon, at ilalagay ka sa "Hardin ng Eden." Makakalimutan mo ang lahat ng ito at muling babagsak sa iyong korporyal na mga hangarin. Ngunit ang alaala nang kaiga-igayang pakiramdam na iyon ng espiritwal na kaligayahan na iyong naranasan ay mananatili sa iyo at ito ang higit na mahalaga kaysa sa iba pa.

Yaon ang kung ano na ang kasalukuyang kabanata ng Pentateuch ay binabanggit. Ito ay naglalarawan kung ano ang nagaganap kapag si Eva (ang egotistikong hangarin na walang kaugnayan sa espiritwal, sa Adan) ay nakipagsanib ng puwersa sa ulupong (ang panimulang makalupang egoismo) at dinggin ang kanyang salita: "At ng ang babae ay nakita na ang puno ay mainam bilang pagkain, at ito ay kaaya-aya sa mata, at ang puno ay mahahangad upang magawang matalino ang isang tao..."

Sa ibang salita, iyong naisip na ang pagkilos na ito ay magdadala sa iyo sa tunguhing ito ay "mainam bilang pagkain," tulad nang sinabi ng ulupong.

Yaon ang sandali na ang pinakamalakas na egotistikong hangarin ay papasok sa iyo - sa iyong Adan, ang iyong pinakamasugid na hangaring matamo ang espiritwal na katayuan. Ito ang magiging sanhi nang "pagkabasag ng iyong Adan," ang lantay na espiritwal na hangarin, at ito ang "pagbagsak ng tao" (Adan).

"...kinuha ng babae ang prutas at kinain, at binigyan din niya ang kanyang asawa na kasama niya, at siya ay kumain." Nakakatiyak ka na ikaw ay makakapangibabaw, na gagawin mo ito para sa pagsulong sa espiritwalidad. Yaon ang taimtim mong saloobin. Ang Adan sa iyo ay "kumakain," ibig sabihin, ikinakabit sa sarili nito mismo ang egoismo na hindi niya dating ginagamit.," Natural, hindi siya nangibabaw; nagsimula siyang gamitin ang kasiyahan para sa kanyang sarili mismo. "Ang kanilang parehong mga mata ay nabuksan, at kanilang nalaman na sila ay hubad."

Ang totoo, kanilang natuklasan ang Liwanag ng Pag-ibig, ang Liwanag ng Maylikha na pumaligid sa kanila sa lahat nang sandali noon. "At ang kanilang mga mata ay parehong nabuksan," ngunit sa gayon, kanila ring nakita ang isa't-isa sa Liwanag na iyon, at kanilang natanto na sila ay lubusang kabaligtaran Niya. Ang Liwanag (Maylikha) ay dalisay, lubusang pagkakaloob, samantalang sila ay lubusang egotistiko, ("at kanilang nalaman na sila ay hubad").

Kanilang naunawaan na sila ay mga egoista at hindi maaaring maging katulad Niya, nang kanilang naramdaman ang kanilang kabulukan, ang kanilang pagiging taliwas sa Maylikha sa isang banda, at kanilang natatanging katangian at kakayahan na magtamo nang pagwawasto sa kabilang banda. Iyong masasabi na ito ang unang pagpapamalas nang "Ako" nang tao. Hanggang sa sandaling iyon, siya ay nabuhay sa pangkalahatang Liwanag, lubos na tapat sa Maylikha, nang bigla ang kanyang "mga mata ay nabuksan." Narito ang aking "Ako," narito ang aking ego. Kung kanya lamang nalaman ang ganap na saklaw ng pag-angat at pagbaba nitong malaking natuklasan ay ihahatid sa bawat isang nilalang at sa buong sangkatauhan sa hinaharap!

Ang Pagtataboy

Ang sumunod ay tanging pagtataboy at wala nang iba pa, patungo sa lahatang pagbaba sa ating mundo. "Sa tulo nang pawis sa iyong mukha ikaw ay kakain ng tinapay, hanggang ikaw ay magbalik sa lupa, dahil mula dito ikaw ay kinuha; dahil ikaw ay alabok, at sa alabok ikaw ay babalik."

Ni Semion Vinokur

Ano ang kadahilanan sa pagtataboy? Bakit kaya ang Maylikha ay naisip at ipinatupad ang ganitong "operasyon" nang pagbabasag nang mabunying hangaring espiritwal tungo sa maliliit na piraso, na bumagsak sa ating mundo at nagdamit sa kanilang mga sarili bilang mga katawan? Na kanilang nalimutan ang kwento tungkol sa enkantadong hardin at hindi na nararamdaman kahit paano ang espiritwal na mundo. Wala na silang nararamdaman na impluwensiya ng espiritwal na Liwanag ngunit abala na lamang sa kanilang mga sarili, pinagbibigyan ang kanilang mga hamak na korporyal na hangarin, pinagbabangaan ang kanilang mga ego sa mga digmaan, mga sigalot at pagkamuhi. Sa totoo, ano ang dahilan sa pagkabasag nitong dakilang, pinag-isang kaluluwa ni Adan?

Ang pagkabasag ay hinayaan ang pinakamahalagang bagay na maganap: ang kisap nang pagkakaloob, ang altruistikong hangarin nang Tao (Adan) ay bumagsak sa kaharian ng egoismo at pinuno ito nang "espiritu nang pagkakaloob." Isang "pagtatala" ay nagawa sa ating egoismo na mayroong ganitong dakilang bagay na espiritwal na kuneksyon sa Maylikha, na tigib nang di-kapani-paniwalang tuwa na mahirap ipaliwanag sa mga salita.

Ito ang buong katiyakang pakiramdam na maglalaro sa kalaunan. Ito ay mananatiling nahihimbing sa ating mga ego, naghihintay sa pagkakataon na tiyak na darating, sapagkat ang bawat bagay ay umuunlad nang natatangi sa pamamagitan nang balak ng Maylikha. Pagkatapos, ang mga kisap nang espiritwal na karanasan, na nanatili at naghihintay ng kanilang panahon, ay iilawan ang kaharian ng egoismo, at isang landas ay lilitaw sa pusikit na kadiliman. Tulad ng isang nakakakitang tao na inaakay ang isang bulag sa landas, gayundin ang mga kislap na ito, ay aakayin ang mga egotistikong hangarin tungo sa Liwanag, tungo sa pagwawasto.

Dito sa sitwasyong ito na tiyakang ang mga kislap ng kaluluwa ng unang tao ay napukaw sa atin. Sila ay umiiral sa bawat isa. Ang lahat ay malapit nang maramdaman ang mga ito at matatanto na tayo ay mga bahagi ng isang kaluluwa, isang organismo, at magnanais na makabalik sa "Tahanan," at mabubuhay sa pagkakaisa kasama ang lahat nang iba pang mga kaluluwa, sapagkat kung wala ang mga ito, hindi tayo mabubuhay.

"Kaya ang Panginoong Diyos ay isinugo siya mula sa hardin ng Eden, upang bungkalin ang lupa kung saan siya ay nanggaling. Kaya itinaboy Niya ang lalaki; at Kanyang inilagay sa silangan ng hardin ng Eden ang cherubim, at nagliliyab na espada na umiikot sa lahat nang direksyon, upang pangalagaan ang daan sa puno ng buhay."

Kaya ito ang plano ng Maylikha. Malinaw, ang pagkilos na pagbasag ay itinadhana. Kung hindi, ang "kaharian ng kadiliman" ay maghahari sa ating kalooban magpakailanman, at hindi na tayo magigising upang maramdaman ang espiritwal na mundo habang gumagapang tayo sa lupa at kumakain ng alabok na tulad ng ahas. (Di-sinasadya, ito ay kung bakit eksaktong ang ating pinagmulan, na di-wastong egoismo ay tinawag na "isang ulupong," dahil ang ating hangarin na tumanggap ay gumagapang sa lupa.)

Ang ahas ay hindi makakayang maka-angat sa ibabaw nitong hangarin (wala itong mga bisig at biyas; ito ay nakatali sa lupa at isinumpa ng Maylikha, na nangangahulugan na ito ay kabaligtaran Niya, at lahat nang ito ay nagdadala sa tao nang pagdurusa lamang).

"Dahil ginawa mo ito, mas kasumpa-sumpa ka sa lahat ng mga baka, at higit sa bawat hayop sa kaparangan; sa iyong sikmura ikaw ay uusad, at alabok ang iyong kakainin sa lahat ng araw ng iyong buhay." Ito kung paano natin tinitingnan ang ating egoismo.

Tiyak, walang anumang mga sumpa mula sa panig ng Maylikha. Hindi Siya nagbabago; Siya ang lubusang mabuti, at palaging mananatili na katulad noon - sa kabuuang pagkakaloob. Tanging tayo lamang ang nagbabago. Ngayon, mas higit pa kailanman, ating nakilala na ang ating kalikasan ay kabaligtaran ng Maylikha, na ang egoismo ay dinala tayo sa walang patutunguhang landas.

Sa katunayan, ang Maylikha ang naghatid sa atin dito sa katayuan na walang maasahan, sapagkat walang ibang puwersa sa mundo - walang demonyo, walang satanas, walang mga mangkukulam - tanging Maylikha lamang. Upang mapilitan tayo na nag-iisang umangat sa Kanyang antas, inilagay Niya tayo sa ganitong kalagayan.

Dagdag pa rito, sa ating landas pabalik sa Kanya, kakailanganin nating dumaan sa mga pagsubok: "Kanyang inilagay sa silangan ng hardin ng Eden, ang cherubim, at ang nagliliyab na espada na umiikot sa lahat nang direksyon, upang panatilihin ang daan sa puno ng buhay." Ang mga pagsubok na ito ay inihanda para sa ating kabutihan, sapagkat sa pangingibabaw sa mga ito, tayo'y bumubuo ng isang natatanging hangarin - upang makabalik sa ating naunang katayuan sa ating sariling pagkukusa, at mabuhay nang naaayon sa batas nang pagkakaisa at pagmamahalan. Tanging noon lamang na ang mga anghel na may espada ay hahayaan tayo na makapasok sa hardin, at hindi na natin kailangan na bumalik sa pagdurusa ng mundong ito. Sa halip ating makakamit ang mga lihim ng Maylikha sa walang katapusang kagalakan.

Ngayon pasumandali tayong huminto upang linawin ang mga sinulat at tangkaing unawain ang buong larawan. Ito ay magpapadali sa ating pagsulong sa ating paglalakbay.

Tungkol sa Malayang Kalooban

Mula sa unahan, ating napag-aralan na ang isa ay unti-unting natututunan na maramdaman ang mundong ito at ang Mataas na Mundo, at ang kanilang magkasabayang pag-uugnayan sa parehong sandali. Ang mga impormasyon ay bumababa mula sa Mataas na Mundo patungo sa atin at namamalas bilang materya. Ating nakikita ang mga pisikal na bagay, halaman, hayop, mga ibon at insekto, at mga tao. Ngunit kung ating kakamtin ang espiritwal na paningin kasama nang korporyal na pagtingin, magagawa rin nating maramdaman ang mga puwersa na namamahala sa materya.

Ito ang buong katiyakan ay ang pagtingin na ang bawat isa ay dapat makamit: upang maramdaman ang Maylikha sa likod nang bawat bagay na nabubuhay at nagaganap. Hindi natin kinakailangang paniwalaan ito nang pikit-mata, ngunit talagang makita at maramdaman ito. Ito ang itinuturo ng aklat sa atin.

Ang ating reaksyon sa mga puwersa na bumaba mula sa itaas bilang impormasyon ay umaangat sa Mataas na Mundo, kung saan ang ating kinabukasan ay pinagpapasyahan, kung ito man ay magbunga sa isang mabuting resulta o masama man.

Habang nasa pinakamataas na antas, ang Maylikha ay ginawa ang mga nilikha mula sa katangian nang egoismo, na kabaligtaran Niya. Tinigib Niya ang nilikha nang Liwanag, at pagkatapos ay iniga ito, kung saan ibinababa ito sa katayuan na tinawag na "ating mundo."

Bilang kapalit, ang nilikha ay umaangat pabalik sa espiritwal na antas, kung saan umaani ito nang mga kasiyahan na higit na malaki kaysa sa dati nito, bago ito bumaba sa mundong ito.

Isang katanungan ay lumilitaw: upang marating ang pagkakatulad ng anyo sa Maylikha, bakit ang nilikha ay kinakailangang maranasan ang pinakamalalang katayuan na maaari? Ito ba ay hindi magagawang maiwasan?

Ang katotohanan ay na ang nilikha ay dapat magkaroon nang lakas at kalayaan upang kumilos nang malaya sa pagitan ng dalawang magkataliwas na katangian: ang sarili nitong ego at ang Maylikha, upang malaya itong makapamili nang sarili nitong landas, at nag-iisang tahakin ito.

Upang mabigyan ang tao nang mga pagpipiliang iyon, ang Maylikha ay dapat a) ganap na ilayo ang nilikha sa Kanya,

Ni Semion Vinokur

b) bigyan ang nilikha nang kakayahan na umunlad at matamo ang Sanlibutan, at k) hayaan ang nilikha nang kalayaan sa pagpili.

Ang Maylikha ay binibigyan ang nilikha nitong mga kundisyon nang paunti-unti. Ang nilikha na nakakAdana sa Maylikha, at samakatwid ay puno ng Liiwanag, ay hindi nagsasarili. Sa halip ito ay lubos na nasa ilalim ng kontrol ng Liwanag, na nagdidikta ng sarili nitong patakaran at ibinabahagi dito ang mga katangian nito.

Upang makagawa nang isang lubos na nakapagsasarili at nakapag-iisang nilikha, ang Maylikha ay dapat ilayo ang Kanyang Sarili mula dito nang ganap. Sa madaling salita, sa pagpapalaya ng sarili nito mula sa Liwanag, ang nilikha ay nakakamit ang pagsasarili sa mga kilos nito. Ang pagkilos na kung saan ang Liwanag ay hinahalaw ay tinawag na *Tzimtzum* (pagpipigil).

Guni-gunihin na mayroon kang isang mapurol na gamit na iyong kailangang gamitin. Natural, ang unang bagay na dapat mong gawin ay ayusin ito at gawin ito na kapaki-pakinabang bago mo ito magamit.

Mula sa pinaka-unang pahina, at ito ang eksaktong sinasabi ng Bibliya: paano aayusin itong mapurol na gamit - ang ating kaluluwa - at magbalik sa Maylikha bilang resulta. Katulad ng isang sulatin na gabay sa paggawa, ito ay nagpapaliwanag kung paano ang isa ay makakaakyat sa makalangit at perpektong katayuan, habang nabubuhay pa rin sa mundong ito.

Tulad nang nabanggit na, sa panahon ng pagwawasto, ang isa ay mabubuhay sa pagitan ng dalawang mundo - sa Mataas at sa mababa. Sa proseso ng pagwawasto, ang kaluluwa ay makakamit ang kinakailangang kakayahan, karunungan, at karanasan para sa pagwawasto. Mas mahalaga, ang isa ay nagkakaroon ng mga bagong pandama, nang bagong espiritwal na mga katangian. Kaya sa pagkakamit nang ganap na pagwawasto ng kaluluwa, ang isa ay nakakamit ang mga katangian na magbibigay daan para sa pag-iral sa Mataas na Mundo - sa kawalang-hangganan, kapanatagan, at kahusayan. Ito ang paano tayo makakarating sa dulo ng pagwawasto.

Ang katayuang ito ay hindi nailalarawan saan man sa simpleng kadahilanan na hindi ito mailalarawan sa mga salita. Tanging yaon lamang na mga dumaan sa lahat nang mga panimulang yugto at narating ang dulo ng pagwawasto ang nakakatamo nito. Lagpas sa dulo nang pagwawasto ay nakahimlay ang walang bakas na mga lugar na may hawak ng tinatawag na mga "lihim ng Torah" (*Maase Merkava* at *Maase Beresheet*).

Mayroon lamang na mga hiwa-hiwalay na mga pahiwatig sa mga ito sa *Ang Aklat ng Zohar* at iba pang mga Kabalistikong sulatin. Gayunpaman, yaong mga espiritwal na kalagayan ay hindi magagawang ilarawan dahil ang ating lenggwahe, ang ating mga titik, at ating mga hinuha ay kinuhang lahat mula sa ating mundo. Ang mundo ng pagwawasto.

Hindi natin magagawang mAdana ang anumang bagay na umiiral sa ibabaw ng sistema ng mundo ng pagwawasto. Kaya, hindi natin magagawang ipaliwanag ang mga ito gamit ang ating pang nilalang na lenggwahe, na nakatali sa ating kinalalagyan, mga pag aakala at pananaw.

Ito ang dahilan kung bakit ang pinakadakilang Kabalista ng ating panahon, si Baal HaSulam ay nakiusap sa Maylikha na hayaan siyang makababa mula sa mundo ng tunay na pananaw tungo sa mas mababang antas, upang siya ay magawang maibahagi ang daan sa espiritwal na mundo gamit ang mga titik, salita, at pang lupang mga damdamin. Nang sandaling ang kanyang hiling ay pinagbigyan, kanyang isinulat ang pangunahing Kabalistikong gawa para sa ating heneresyon, na ating magagamit upang makapasok sa espiritwal na mundo. Ang kanyang mga gawa ay tulad nang isang mapa na kung wala, ikaw ay tiyak na maliligaw ka sa pasikot-sikot na landas ng korpoyal na buhay, mawawalan ng pag-asa, mapapagod at yayao nang walang natutunan tungkol sa tunay na layunin ng iyong pagkabuhay. Tulad ng isang ama na tumutugon sa pagdurusa ng kanyang mga anak, si Baal HaSulam ay dinampot tayo at dinala tayo sa Liwanag.

Tulad nang ang isa ay hindi maaaring mabuhay sa ating mundo nang walang pag-unawa dito, ang kaluluwa ay hindi makaka-iral sa espiritwal na mundo matapos na ang katawan ay yumao ng walang nakamit na kaalaman tungkol dito bago pa man. Samakatwid, ang lahat nang nakamit sa siyensiya ng Kabbalah ay hindi lamang garantiya para sa atin ng isang maginhawang pamumuhay sa mundong ito, bagkus isang pagkakataon na mabuhay sa mundong darating.

Balik kay Adan

Bumalik tayong muli sa Unang Tao, kay Adan, yaong hangarin na ating nararamdaman sa ating kalooban. Ng ang Maylikha ay itinaboy siya mula sa Hardin ng Eden, ang "nilalang sa atin" (Adan) ay huminto na sa pagiging isang bata at nagsimulang maging husto sa gulang.

Ang proseso nang pag-edad ay isang panahon kung kailan nalalaman natin na dapat nating iwasto ang ating egoismo, dahil hindi na natin makayang mabuhay na kasama ito o kaya ay simpleng supilin ito.

Walang kagyat na pagwawasto, tulad nang sinabi ng "ahas." Sa halip, ang tao ay kinakailangang bumaba hanggang sa ilalim hanggang maramdaman niya ang kabuuang lawak ng kanyang ego at magmakaawa sa Maylikha ng tulong, nang nalaman niya na siya ay walang lakas upang harapin ito ng kanyang sarili.

"At ang lalaki ay sinipingan si Eva, ang kanyang asawa; at siya ay nagdalang-tao at iniluwal si Cain, at nagsabi: 'Ako ay nagsilang ng isang tao sa tulong ng Panginoon.' At muli isinilang niya ang kapatid nitong si Abel. At si Abel ay isang pastol ng mga tupa, ngunit si Cain ay isang tagabungkal ng lupa."

Ang mga Lihim ng Walang-Hanggang Aklat

Ito ang simula nang pagbaba. Ating nakita kung paanong ang malaking egotistikong hangarin na hindi makontrol ng tao ay nagsimulang mahati sa maraming mga piraso. (Naroon ang pagkabasag kung saan ang mga kislap ay lumipad sa ating mundo, at kung saan ang mga ito ay tumanggap ng mga egotistikong basyo - mga katawan. Muli kong babanggitin dito na ang ating pinag-uusapan ay tungkol sa ating natatanging gawain na mga egotistikong hangarin, at hindi tungkol sa sinumang mga tao.)

"At ang lalaki ay sinipingan si Eva, ang kanyang asawa." Ang ibig sabihin nito ay ang altruistiko at egotistikong mga hangarin ay nagsama sa tao. Ang resulta ay isang pagsasama, o "pagsilang" ng dalawang hangarin: Cain at Abel.

Ang isang hangarin, Abel, ay kumikiling tungo sa pagkakaloob, tungo sa Maylikha. Ito ang dahilan kung bakit nasusulat na hindi siya nagbubungkal ng lupa, ngunit "nangangalaga ng tupa." Siya ay maaaring maging "gabay" at magdala sa masaganang pastulan. Sino ang ginagabayan niya patungo doon? Ang mga egotistikong hangarin ng tao, na handang sumunod sa kanya, tinatakam ang inaasahang kasiyahan. Ito yaong mga hangarin na tinawag na "tupa."

Ang hangarin na "Abel" ay tinawag ding ang "kanang linya." Ang kanang linya ay isang altruistikong hangarin, isang paghahangad para sa Maylikha na walang bahid ng egoismo. Ang hangaring ito ay ipinadala sa atin mula sa itaas, tulad ng isang nag-aabot na kamay o kaya ay isang bahagdan na ibinababa na ating aakyatin patungo sa Layunin.

Ang hangarin na tinawag na "Cain" ay ang kaliwang linya. Ito ang eksaktong kabaligtaran - isang egotistkong hangarin at paghahangad na gamitin ang pakikipag-isa sa Maylikha para sa sariling kapunuan.

Sa kuwento tungkol kay Cain at Abel, ang pagkakalayo sa Maylikha ay hindi pa ganap. Yaon ay, walang sitwasyon na katulad ng sa ating mundo, kung saan ang maylikha ay lubusang nakakubli, na ang isip ay nagsasabi na ang lahat ng ito ay pagkukunwari, at ng ang tao ay dapat lamang mamuhay para sa kanyang sarili.

Ang Cain ay kumakatawan sa kaliwang linya, na "nagbubungkal ng lupa." Ang ibig sabihin nito ay ang ating hangarin na tinawag na Cain ay palaging kumikilos kasama ng ego. Kung hindi makontrol ni Cain ang ego, ang ego ay kokontrolin si Cain. Yaon ang tinutukoy sa sumusunod na mga talata: "At sa paglipas nang panahon, ito ay naganap na si Cain ay nagdala nang bunga mula sa lupa bilang pag-aalay sa Panginoon. At si Abel ay nagdala rin nang mga unang iwi ng kanyang mga alagang tupa at taba nang mga ito. At ang Panginoon ay may paggalang kay Abel at sa alay nito; subalit kay Cain at sa kanyang alay wala Siyang paggalang. At si Cain ay nagalit at ang kanyang mukha ay bumagsak. At ang Panginoon ay sinabi kay Cain: 'Bakit ka nagalit? At bakit bumagsak ang iyong mukha? Kung ang iyong gawa ay mainam, bakit hindi ito itataas? At kung hindi mainam ang iyong gawa, ang kasalanan ay nakaabang sa pinto; at patungo sa iyo ang hangad nito, ngunit maaari mong pagharian ito."

"...ngunit maaari mong pagharian ito," ganito ang tawag ng Kalikasan. Kailangan mong mangibabaw sa iyong egotistikong mga hangarin, sa halip na supilin o piliting tanggalin ang mga ito sapagkat ang hindi pagtanggap ay hindi pamimili para sa iyo. Ito ay paano ka ginawa. Ikaw ay kinakailangang umangat sa ibabaw ng mga ito, na gaamitin ang mga ito, na "kontrolin" ang iyong mga egotistikong hangarin, upang tumanggap ng kasiyahan sa pagbibigay kagalakan sa Maylikha.

Yaon ang katayuan kung saan ang tao sa huli ay dapat dumating. Doon nakahimlay ang layunin nang pagkakalikha sa tao. Kung hindi, ang kanyang ego ay maghahari sa kanya, at ang bunga nang paghahari nito ay ang lahat ng mga bagay na ang sangkatauhan ay pinagdurusahan ngayon: digmaan, kamatayan, at mga trahedya.

Yaon ang nangyari kay Cain.

"At si Cain ay nagwika kay Abel na kanyang kapatid. At ito ay naganap, nang sila ay nasa parang, na si Cain ay nagbangon laban kay Abel na kanyang kapatid at pinaslang siya."

Ano ang kahulugan nang pagpaslang sa kapatid dito? Ang ibig sabihin nito ay na ang kaliwang linya ay sinusupil ang kanan. Ibig sabihin, ang egotistikong linya ay nagsasabi nang sumusunod, "Ako lamang ang tanging kapaki-pakinabang dito; Ako ang kumikilos, ako ang umaani, ako ang nagbubungkal ng lupa, at ako ang isa na dapat magantimpalaan para sa lahat ng ito.

Tama naman di ba? Oo nga, pero ang ganitong tila makatwirang pagtingin na "pumapatay" sa kanang linya, na nagsasabing ang tanging daan ay purong pagkakaloob at lubusng pagkakatulad ng anyo sa Maylikha. Dito, ang tanging pinapayagang katayuan ay ang paligayahin ang Maylikha nang walang anumang iniisip na gantimpala.

Ngayon, ano ang pasiya ng Maylikha?

"Sa pagbubungkal mo ng lupa, ito mula ngayon ay hindi isusuko sa iyo ang kanyang lakas; magiging isang pugante at lagalag ka sa mundo."

Ang lakas ng lupa, ang hangarin, ay tiyakang nakalatag sa kumbinasyon ng kanan at kaliwang linya, sa paghahanap nang "ang ginintuang paraan," kung saan ang tao ay nagagalak lamang sa pagtanggap kapag siya ay nagkakaloob sa iba. Ito ang tanging paraan na magagawa nating makapanatili sa walang katapusang kasiyahan.

Ngunit kapag ang kumbinasyong ito ay hindi naganap, halimbawa, kung si "Abel ay pinaslang," ang daigdig ay hindi magagawang isuko ang lakas, bagkus talagang masasaid ito, habang ang lahat ng iyong pagsisikap na ginagawa ay nagiging gawain para sa iyong ego, para sa iyong kaliwang linya, para kay Cain. Ang ego ay hindi kailanman mabubusog. Ito kung bakit ay nasusulat na, "magiging isang pugante at lagalag ka sa mundo," ibig sabihin, ikaw ay magtatangkang humanap nang kaligayahan ngunit magiging walang saysay.

"Masdan, itinaboy Mo ako nang araw na ito mula sa ibabaw ng lupa; at mula sa Iyong harap ako ay magtatago; at ako ay magiging isang pugante at lagalag sa mundo; at ito ay magaganap na sinumang makatagpo sa akin ay papaslangin ako."

Tulad nang nabanggit na, ang pagpatay o pagsupil sa ego ay imposible. Ito ay nabubuhay magpakailanman, lumalago, at sumasalin mula sa henerasyon kada henerasyon, at nawawalan nang kaugnayan sa Maylikha sa bawat sandali.

Kaya ito ay nasusulat: "At ang Panginoon ay sinabi sa kanya: 'Samakatwid, sinuman pumaslang kay Cain, sisingilin siya nang makapitong beses.' At ang Panginoon ay naglagay nang palatandaan kay Cain, upang hindi siya paslangin ng sinumang makakatagpo sa kanya."

Ang sandaling ito ay naging tanda nang simula nang kasaysayan ng sangkatauhan, ang proseso kung saan ang iyong kaluluwa ay bumaba mula sa Maylikha tungo sa ating mundo. Ang kaluluwa sa sarili nito ay hindi nagbabago sa kabuuan nang proseso, subalit simpleng nagsusuot lamang ng egotistikong pananamit na nagkukubli dito, pinapahina ang tinig nito, ang walang hanggang pakiki-isa sa Maylikha. Kaya ito ay nagpanibagong anyo mula sa tanging iisang puso ng Adan tungo sa napakaraming mga punto nang walang katapusang bilang ng mga tao.

Ang Maylikha ay palagiang nanatili naka-ugnay sa kaluluwa sa bahaging tinatawag na "punto sa puso." Ito ang dahilan kung bakit sa huli'y dumarating ang sandali kung kailan iyong "naririnig" muli ang Kanyang tinig, at nakakaramdam ng isang mahinang liwanag na tumatagos sa mga salaan at mga sagabal. Yaon ang sandali kung kailan ikaw ay nagsisimulang maghangad na bumalik sa espritwal na mundo, sa Maylikha, nangangarap para sa Hardin ng Eden.

"At si Cain ay sinipingan ang kanyang asawa, at siya ay nagdalang-tao at iniluwal si Enoch; at siya ay nagtayo ng isang bayan, at pinangalanan ang bayan sa pangalan ng kanyang anak na si Enoch. At mula kay Enoch ay nagmula si Irad; at mula kay Irad ay nagmula si Mehujael; at mula kay Mehujael ay nagmula si Metushael; at mula kay Methushael ay nagmula si Lamech."

At saka iba pa...Ang sangkatauhan ay nagsimulang magparami, ang bilang nito ay patuloy sa paglago, ngunit alam na ninyo na ang lahat niyaong mga "tao" ay talaga lamang na mga egotistikong hangarin mo. Ang pagwawasto ng mga ito ay ang iyong misyon, na kung saan ikaw ay muling magbabalik sa isang kaluluwa ni Adan, at sasama dito bilang isang natatanging kabuuan.

Kung gayon, bakit ang malaking egotistikong hangarin (ang ahas at Cain) ay sumambulat sa maraming maliliit na mga egotistikong hangarin? Ito ay nangyari dahil mas madaling iwasto ang maraming maliliit na mga hangarin kaysa sa isang malaking hangarin. Sa pagwawasto ng mga ito, muli nating binubuo ang isang malaking hangarin at ibalik ang isang kaluluwa sa Hardin ng Eden.

Mayroong isang matandang kuwento ng isang hari na ninais na ipadala ang isang malaking halaga sa kanyang anak sa kabilang kaharian. Lumikha ito nang problema sa hari: nalalaman niya na ang kanyang mga tauhan ay pulos magnanakaw lahat at walang sinuman sa buong kaharian na maaari niyang pagkatiwalaan nang ganito kalaking halaga.

Kaya matapos na pag-isipan ang bagay na ito, may nasumpungan siyang isang paraan. Ang hari ay ipinagpalit ang kanyang malaking halaga sa mga barya na maliliit ang halaga, ikinalat ito sa kanyang mga nasasakupan, at inatasan na ihatid ang mga ito sa kanyang anak sa kabilang kaharian. Natural, ang mga tao ay hindi pagkakaabalahan na ibulsa ang ganoong kaliit na halaga; mas mahalaga na patunayan ang kanilang katapatan at pagsunod sa hari. Ang bawat isa sa kanila ay tinupad ang kanilang tungkulin nang buong dangal, at ang buong halaga ay nakarating sa patutunguhan nito.

Pakalimiin ang kwentong ito; ito ay naglalaman ng maraming kahulugan na makakatulong sa iyo na makahalaw nang tamang palagay mula sa lahat ng ating tinalakay sa kabanatang ito.

Kabanata 2: Noah

"**Si Noah** sa kanyang henerasyon ay isang taong matuwid at taos-puso; si Noah ay lumakad kasama ang Diyos." Ganito nagsimula ang kabanata kay Noah, na kaagad na pinagkakamalang tila lumilitaw na tuwirang kwento tungkol sa ating mundo.

Datapwat ito'y nakakalito lamang doon sa mga hindi pa handa na basahin ang Bibliya sa kakaibang paraan, at nakikita ang simpleng salaysay nang kasaysayan tungkol sa isang tao na pinangalanang Noah na katanggap-tanggap.

Hayaan natin sila sa kanilang paghahanap sa Arko ni Noah sa Bundok ng Ararat, at sa halip ay magsaliksik sa sulatin mismo. Hanggang sa ating makakaya, unawain natin paano ito kunektado sa bawat isa sa atin, sa ating espiritwal na paghahanap, sa ating mga kaluluwa, at sa ating pinaka layunin nang ating mga buhay.

Magsimula tayo sa pagbabalik sa usapin nang kabanatang ito. Sa nakita na ang daigdig ay puspos nang kasalanan, ang Diyos ay gumawa nang isang kasunduan kay Noah na gumawa nang isang arko at doon ay magkanlong kasama ang kanyang asawa, mga anak, at mga hayop. Samantala ang Diyos ay babahain ang mundo at sa gayon ay pupuksain ang bawat isa.

Pagkatapos, si Noah ay susungaw mula sa kanyang arko kasama ang kanyang pamilya at mga naligtas na mga hayop, at sila ang magiging ninuno nang mga darating na mga henerasyon ng tao at mga hayop sa mundo. Ang tao ay magnanais na magtayo nang isang Tore ng Babel at magsasalita sa parehong lenggwahe, ngunit sila ay mabibigo. Pagkatapos, sila ay kakalat sa buong mundo at matitigil na maintindihan ang isa't-isa.

Tanungin mo ang iyong sarili, "Nasaan ako sa kuwentong ito ni Noah?" O mas mainam pa, "Ano ang ibig sabihin nang aking panloob na Noah?" Dapat mong hanapin lamang ang isang pagtingin sa nilalaman nang aklat na ito: "Ang lahat nang bagay na nababasa ko rito ay tungkol sa akin." Ang matuwid na si Noah, ang kanyang asawa, mga anak, at lahat ng mga hayop, ang arko at ang Tore ng Babel, ang lahat nang mga ito ay umiiral sa loob ko. Ang mga ito ay puwersa, mga hangarin na naghahari sa aking panloob at panlabas na mundo. Ang lahat nang aking kailangang gawin ay kunin ang mga ito, damahin ang mga ito, at ang mga daanan sa lahat ng mga lihim ay magbubukas para sa akin.

Sa nakaraang kabanata na *Beresheet* (Genesis, "Ang Simula") ating napag-usapan ang pagkakalikha ng mundo, ang tahanan ng mga kaluluwa. Ating nilinaw kung paano, kasunod nang lahat nang mga maka-hayop na hangarin, ang pantaong hangarin ay iniluwal, na kumatawan sa paghahangad nang tao para sa espiritwal na mundo, para sa Maylikha, na kalaunan ay nabasag sa maraming maliliit na piraso na nalaglag sa ating mundo.

Ang pagbaba na ito ay nagpapatuloy. Ito ay magpapatuloy hanggang tayo'y maging handa na harapin ang ating mga pinagmulang mga ego, upang makita ang ating tunay na "Ako." Kinakailangan pa nating makarating sa puntong ito; dapat pa tayong maihanda hindi lamang na makita ang ego bagkus na mapagtiisan ito, at hindi lamang mapagtiisan ito, kundi upang magpasiya na makawala dito.

Mauuna nang bahagya, dapat malaman na ang ating "Ako" ay kinakatawan ni Pharaoh. Ngunit pag-uusapan natin iyan sa bandang huli. Samantala, tinutunton natin ang ating daan patungo kay Pharaoh, sa lubos na pagtanto na tayo'y mga alipin nang ating mga ego. Ang pagbaba ay nagsisimula pa lamang. Sa kasalukuyan, nararamdaman natin na parang tayo'y malapit pa rin sa espiritwal na mundo. Patuloy nating nadarama ang Liwanag - itong panimulang tuwa sa pakikipagtagpo sa Maylikha. Sa madaling salita, ang Maylikha ay hindi pa ganap na nakatago sa atin, kaya ang gabi nang ating pagtakas mula sa Ehipto ay hindi pa dumarating.

Gayunpaman, nararamdaman na natin sa ating mga sarili na mga egoista, at ang pakiramdam na ito ay masyadong nakakabalisa.

Kislap Ni Noah

"At ang Diyos ay nakita ang mundo, at masdan, ito ay masama; dahil ang lahat ng tao ay pinasama ang kanilang gawi sa lupa." Ito ay nangangahulugan na ang lahat nang ating mga hangarin ay egoistiko.

Gayunpaman, ating makikita pa rin, na sa gitna nang lahat niyaong kasamaan, may isang punto, maliit at nangungulila, na ganap na kabaligtaran nang lahat nang bagay sa mundo. Ito ang "punto sa puso."

Bilang unang egotistikong antas, ang puntong ito ay tinawag na "Noah." Ang Noah sa loob natin ay ang ating unang espiritwal na hangarin. Maaaring ito ay maliit at bahagya nang mapapansin, ngunit nararamdaman na natin na nabubuhay sa loob natin. Kaya, natuklasan na natin si Noah.

Ang kislap ni Noah ay nabubuhay sa loob ng bawat isa sa atin. Ang problema ay tayo ay napapaligiran nang santambak na mga karamutan na patuloy na lumulunod sa mahina nitong tinig. Habang ang ego ay lumalago, ito ay bumabalot kay Noah nang parami nang paraming patong, hanggang napangibabawan ito nang walang tigil na mga hangarin. Ang paghahabol sa kasiyahan ay nailayo ang tao kay Noah, na nagawa siyang mas magaspang at mas egotistiko habang ang tinig ni Noah ay patuloy na humina nang humina. Sa bandang huli, ito ay tunay na nanahimik.

Ngunit si Noah ay nawala. Siya ang bumubuo nang batayan nang kaluluwa nang tao. Ang totoo, siya ay walang hanggan, at simpleng naghihintay sa sandali na ang tao ay magbabalik sa kanya.

Sa katunayan, ang puntong ito na tinatawag nating "Noah" ay ang pinakasentro nang ating mga hangarin at tuwirang naka-ugnay sa Maylikha. Ito rin ay walang-hanggan, samantalang ang mga egotistikong hangarin na nakapalibot dito ay may taning ang buhay, panandalian, palalo at hungkag. Tanging yaong naghahangad paitaas sa espiritwal na mundo ay walang hanggan, at yaon ay kung saan ang ating hangarin na kilala bilang "Noah" ay nakatuon.

Mahal na mambabasa, nagkaroon ka na ba nang pagnanais na tumigil dito sa baliw n a karerang daga na tinawag nating "buhay," ipikit ang iyong mga mata, takpan ang inyong mga tainga, at damhin ang katahimikan na nabubuhay sa loob mo? Ninais mo na bang marinig ang maliit na tinig, na hindi natatabunan nang ingay sa labas. Ninais mo na bang marinig ang iyong sariling tinig, at habang ginagawa ito ay parang maglaho sa mundong ito, na iginigiit sa iyo ang kagustuhan nito mula umaga hanggang gabi?

Ang TV, radio, at mga pahayagan ay inuulan ka nang kanilang mga patalastas; ang mga tao na maaaring kilala mo o hindi ay ipinupuwersa ang kanilang mga kaisipan at mga kagustuhan sa iyo. Salapi! Kapangyarihan! Katanyagan! Ito ang iyong naririnig sa kaliwa at kanan nang iyong paligid, hanggang iyong maisip na ang mga ito sa katunayan ay iyong mga kaisipan. Nabitag nang pang-araw-araw na ikot nang buhay, hindi m na masabi kung ikaw ang nagnanais nang mga bagay na ito o ibang tao.

Ang iyong panloob na tinig ay nasupil, naunsyami nang lahat nang nagaganap sa iyong paligid. Habang ikaw ay tumatahak sa landas ng buhay, ikaw ay itinutulak nang mga banyagang hangarin. Kinalaunan lamang na iyong natanto na ikaw ay nagkamali, na hindi naman kailanman ninais ang mga bagay na ito, na ang mga ito ay ipinilit lamang sa iyo, idinikta nang iba pa sa iyo.

Ang mga Lihim ng Walang-Hanggang Aklat

Gaano katamis ang pakiramdam na magawang tumigil at madinig ang iyong sariling hangarin, na dalisay at tiwalag sa materyal na mundo. Ito ang hangarin na maranasan ang espiritwalidad, na sa Lumang Tipan ay kinilala bilang "Noah." Ito ay nabubuhay sa loob mo, kahit ikaw man ay pangulo o mamamatay-tao. Sa sandaling lumusong sa iyong sariling daan na ipa nang mga banyagang damdamin at kaisipan, mararating mo sa dakong huli sa Noah at maririnig ang tinig na: "...dahil ikaw ay naging matuwid sa harap Ko sa henerasyong ito."

Kung maririnig mo ang Noah sa loob mo, itong maliit na altruistikong kislap na tinawag na "Noah, ang Matuwid," kung madarama mo ang hangarin na umangat sa mundong ito, kung gayon ikaw ay handa nang makamit ang kapayapaan, kaseguruhan, at kawalang hanggan na naghihintay sa iyong espiritwal na landas.

At kung ikaw ay hindi pa handa, ikaw ay patuloy na gugugulin ang bawat gising na sandali sa pagpapa-alipin sa iyong banyagang makalupang mga hangarin, habang patuloy ang mga itong bumubulong sa iyong tainga na, "Sige magpakasawa ka sa mga kasiyahan ng mundong ito, mabuhay ka para sa iyong sarili, huwag kang maging tanga!"

At ano ang mangyayari kapag sumuko ka sa mga hangaring ito? Ang katawan ay manghihina, at mamamatay at mapapatapon sa lupa upang mabulok. Ang pagkamatay nang katawan ay di-mapipigilan. Kaawa-awa hindi ba? Ang buong buhay mo ay nagtrabaho para sa katawan, at sa dakong huli, ang katawan ay nagtaksil sa iyo.

Paano naman si Noah? Mabuti naman, si Noah ay hindi magtataksil sa iyo dahil si Noah ay ang hangarin nang walang-hanggang kaluluwa. Ito ay kunektado sa kawalang-hanggan, at kung ididikit mo ang iyong sarili kay Noah, ikaw ay magiging walang-hanggan din. Ganito ito kasimple. Ang tanging kailangang gawin mo ay gustuhin ito. Yaon ang buong katiyakan ay kung ano ang sinasabi nang aklat sa kabanata tungkol kay Noah.

"At ang lupa ay napuno nanf karahasan... ito ay masama; dahil ang lahat nang tao ay ginawang masama ang kanilang gawi sa lupa."

Natatandaan natin na ang salitang "lupa" (Hebreo: *Eretz*) ay nag- ugat sa salitang *Ratzon* - hangarin. Samakatwid, "Ang lupa ay napuno nang karahasan" at "Ito ay masama" ay nangangahulugan na ang iyong mga hangarin ay masama; pinapagod mo ang iyong sarili sa pagpupursigi sa pag-aari nang iba, ikaw ay lubos na egotistiko, at ikaw ay nabubuhay lamang para sa iyong sarili. Iyo nang nararamdaman na ang pag-uugaling ito ay lumilikha nang pagkawasak sa loob at sa buong paligid mo (tingnan mo lang ang nagaganap sa mundo - winawarak natin ito gamit ang ating mga ego).

Subalit wala kaya talagang kasagutan sa lahat nang ito? Tiyak meron. Hanapin ang "Noah" sa loob mo at iligtas mo ang iyong sarili, tulad nang sinasabi nang sulatin: "At masdan, Aking lilipulin sila kasama ang lupa." Sundin ang payo nang Maylikha, sapagkat Siya ang Utak na Makalangit o Makalangit na Batas, at ito ang Kanyang sinasabi: "Datapwat Aking itatatag ang Aking kasunduan sa iyo; at ikaw ay papasok sa arko, ikaw at ang iyong mga anak, at iyong asawa, at mga asawa ng mga anak mo na kasama mo. At nang bawat buhay na bagay nang laman, dalawa nang bawat uri ay dadalhin mo sa arko, upang manatiling buhay kasama mo; ang mga ito dapat lalaki at babae. Nang mga ibon sa kanilang mga uri, at mga hayop sa kanilang mga uri, nang bawat gumagapang na bagay sa lupa sa mga uri nito, dalaw nang bawat uri ay sasama sa iyo, upang ang mga ito ay manatiling may buhay."

Ano ang ibig sabihin nito? Ang buong mundo ay nasa sa loob mo. Ikaw ay nasa pinakamataas na antas ng buhay, ang tungki nang tatsulok na kasama ang lahat ng hayop, halaman at walang pagkilos na mga kalulluwa na nakalugar sa ilalim mo. Sila ay "nakabigkis" sa iyo bilang isang tunay na nilikha na may kaluluwa at pananagutan na itaas ang sarili nito at ang buong mundo sa antas nang Maylikha.

Kaya, ang kabanatang ito ay inilalarawan paanong ang hangarin na tinawag na "Noah" sa loob mo ay binubuo ang lahat nang mga naiwastong bahagi ng kaluluwa (tao, hayop, halaman at maging ang di-nakawastong mga bahagi na naghahangad nang pagwawasto), na ibig sabihin ng "dalawa ng bawat uri," at dumating sa arko kasama nila.

Ang arko ay isang uri ng pananggalang, isang nagtatanggol na puwersa na binubuo mo sa paligid mo na makakatulong sa iyo na tutulan ang mga kaguluhan, yaong mga egotistikong impluwensiya nang mundong ito.

Simpleng tinatanggihan mo lamang ang anumang bagay na pumasok sa iyo, pinawawalang-bisa ang lahat nang kaugnayan sa iyong kapaligiran. Kapag gagawin mo ito, hindi ka magiging isang ermitanyo o iiwanan ang iyong pamilya at ang buong mundong ito, tiyak na hindi! Papasok ka pa rin sa trabaho, kikilos para sa iyong kabuhayan, at magpapatuloy sa iyong buhay tulad nang dati, subalit tanging sa panlabas na anyo lamang. Sa iyong kalooban, gagawin mo ang lahat ng iyong makakaya na tanggihan ang pagpasok sa materyal na mundo. Sa tulong ng arko, ang nagtatanggol na pananggalang, iyong hahanapin ang mga kasagutan sa katanungang, "Sino ako?" Bakit ako nabubuhay? Ano ang pinakamahalaga sa aking buhay?"

Hindi mo pa natatagpuan ang kasagutan, subalit patuloy kang magsasaliksik, at yaon pa lamang ay nakakamangha ang kahulugan. Inihahanda mo ang iyong sarili na hanapin ang kasagutan, at ikaw ay nakakatiyak na, na ang paghahanap ay magiging matagumpay, sapagkat ang punto ng iyong puso ay napukaw na at hindi ka pa hihintulutan na magpahinga kahit sandali. Ang puntong ito ay nanatiling tuwirang naka-ugnay sa Maylikha, at habang it ay lumalago sa loob mo, ito ay bumubuo nang isang sisidlan na handang tumanggap sa Mataas na Liwanag. Yaon ang tinig na iyong maririnig, na magsasabi sa iyo na ikaw ay nasa tamang landas na ikaw ay tiyak na makakarating sa Maylikha, kahit hindi mo pa Siya nararamdaman.

Pagpasok Sa Arko

Ang iyong pagpasok sa arko ay nagsisimula sa sandaling iyong "masuri" ang iyong mga hangarin at piliin yaong mga hangarin na magagawang makatulong sa iyong pag-unlad sa espiritwalidad. Ayon dito, iyong mauunawaan anong mga hangarin ang dapat na "malunod."

Paano ito nagagawa? Magagawa natin ito pangunahin na, sa tulong ng mga aklat. Bilang karagdagan sa aklat na ito, maghanap ka pa ng iba pang mga katulad nito, na isinulat noong mga nakapagtamo na nang kanilang ugat, ang Mataas na Mundo, at ibinabahagi sa pamamagitan ng aklat ang kanilang pagtatamo. Ang mga aklat na ito ay parang mga mapa na sinadya upang gabayan ka sa iyong Layunin sa pinaka maigsing posibleng daan. Ang mga aklat na katulad nito ay kakaunti ang bilang. Hindi sinadya ang mga ito na palawakin ang iyong kaalaman, kundi upang linangin sa loob mo ang pandama nang Mataas na Isa. Ang mga ito ay sinulat nang mga dakilang Kabbalista: Abraham, Moses, RASHBI (Rabbi Shimon Bar Yochai), ang ARI at Baal HaSulam. Babalikan natin ang mga pangalang ito sa dakong huli.

Kung gayon, kung hindi ka titigil hangga't hindi mo natatagpuan ang mga tamang aklat, ibig sabihin nito na ikaw ay "nagtatayo ng arko." Magsasaliksik ka sa mga aklat, at sa una, hindi mo naiintindihan ang ito kahit kaunti, ngunit patuloy kang magbabasa. Ito ang ibig sabihin nang paano ka "nagtatayo ng dingding ng arko."

Pagkatapos, ikaw ay mahahanap nang isang guro, isang gabay na hahayaan kang mawala sa landas, at ikaw ay makakatagpo nang mga kaibigan na makakasama mo na makapangibabaw sa mga balakid na titindig sa pagitan mo at nang layunin. Ito ang paano ka "naglalatag nang bubong ng arko."

At ngayon ikaw ay nasa loob na nang arko. Ibig sabihin, ikaw ay nabubuhay sa materyal na mundo, ngunit nasa ilalim nang tamang kundisyon. Ito ang "iyong arko."

Mga Mahihirap na Katanungan

"At Ako, masdan, Aking nilikha ang pagbaha ng tubig sa ibabaw ng lupa, upang lipulin ang lahat ng laman, kung saan may hininga ng buhay, mula sa ilalim ng langit; bawat bagay na nasa lupa ay malilipol. Subalit Aking itatatag ang Aking kasunduan sa iyo; at ikaw ay papasok sa loob ng arko."

Naririto ito muli: "pagpasok sa loob ng arko." Ang [pagpasok sa arko at matakasan ang pagbaha ay maaari lamang kung iyong ihihinto ang iyong pag-iisip, kakatwa man itong pakinggan. "Paghihinto ng iyong pag-iisip" ay nangangahulugan na isasantabi mo ang sinasabi ng iyong katawan, nang iyong ego. Ito ay isang mahirap na katayauan, ngunit magagawa ito, at marami nang natawid ang ganitong paglalakbay. Kanilang isinulat ang tunay na mga aklat tungkol sa pagtutuklas nang totoong, mabunying puwersa ng pag-ibig, na tinawag nilang "ang Maylikha." Kanila ring isinulat na ang pinakamaliit na butil ng espiritwal na kasiyahan ay bilyong beses na masidhi kaysa sa lahat ng pinagsama-samang makalupang kasiyahan.

Kaya, ang pagkakamit ng espiritwal na kasiyahan ay maaari lamang kung makakawala ka sa mala-bakal na pagkakahawak ng ego at magapi mo ang iyong pag-iisip. Siyempre, ang iyong iyong pag-iisip ay pauulanan ka nang mga katanungan na katulad nang, "Para ano at ginagawa mo it?" at "Ano ba talaga ang nakukuha mo mula dito?" "Ano ang mga malinaw na pakinabang?" "Sino ba itong mga pantas na ito na iyong sinusunod ang kanilang mga itinuturo nang napakahigpit?"

Naririnig mo ang lahat ng ito, subalit ang iyong tugon sa iyong pag-iisip ay, "Naiintindihan ko ang iyong pag-aalala, datapwat mayroon akong tiwala sa mga pantas at sa mga nababasa ko sa mga aklat na ito. May pananampalataya ako sa landas na aking tinatahak sapagkat kung walang pananampalataya wala kang maaaring makamit na anumang bagay sa espiritwal na mundo."

Tiumutugon ka rin sa bawat pagtutol na ang iyong katawan ay sinasabi sa katulad na paraan: "Ang lahat nang bagay na nagaganap sa akin ay ang habag nang Mataas na Puwersa, na nag-aakay sa akin tungo sa kaligtasan. Ang habag na ito ay nakakubli, ngunit lumalakad ako patungo dito sa kabila nang aking pag-iisip. Hindi ako hihiwalay sa landas." Ito ang tanging sagot na maghahatid sa iyo patungo sa nilalayon, at ito ang eksaktong katayuan na tinawag na "pagpasok sa arko."

Napagisip-isip ko na maaaring nalito kita, mahal na mambabasa, na maaaring ang iyong isip ay nag-aalsa laban sa ganitong pahirap, na humihiyaw nang, "Huwag mong pakinggan! Ikaw ay isang malayang nilalang, na may kakayahang gumawa nang mga malayang desisyon!

Hayaan mo akong magsabi sa iyo nang isang lihim. Alam mo ba kung sino ang bumubulong sa iyo nang mga ganitong katanungan? Ito ay ang tinatawag na "maruming puwersa" alyas "demonyo." Ang puwersang ito ay may kapangyarihan lamang sa iyong pag-iisip. Ngunit kung ikaw ay kikilos sa kabila nang iyong pag-iisip, kaagad mong mararamdaman ang uri nang kaginhawahan na nangyayari pagkatapos nang isang nakakapagod na pagtatrabaho, dahil ang kapangyarihan nang "dalisay na puwersa" ay nangangahulugan nang paggawa nang mga bagay sa kabila nang pag-iisip.

Ngayon, ang kasunod na isipin ay maaaring tila kakatwa, o nakakalito, subalit dapat mong malaman na ang dalisay at maruming puwersa ay parehong nanggagaling sa iisang pinagmulan. Ang pinagmulan nito ay ang Maylikha, ang puwersa nang lubos na kabutihan na ang tanging naisin ay isang bagay lamang: upang gawin tayong mga nilikha na karapat-dapat sa Kanya. Siya itong nagpapalito sa atin, nang sinasadya, upang makaya nating magpasiya nang ating kapalaran para sa ating mga sarili. Ang bawat desisyon, ang bawat hakbang na ating gagawin ay kinaailangan nating timbangin nang buong pag-iingat, na parang ang ating buhay ay nakabitin sa alanganin.

"At ang baha ay apatnapung araw sa ibabaw ng lupa; at ang tubig ay naragdagan, at inilutang ang arko, at ito ay inangat sa ibabaw ng lupa. At ang tubig ay namayani at lumawak nang napakalawak sa buong kalupaan; at ang arko ay lumutang sa ibabaw nang tubig. ...At lahat nang laman na kumikilos sa ibabaw ng lupa... at tanging si Noah ang nalabi at sila na kasama niya sa arko."

Ano ang ibig sabihin nang, "ang baha at apatnapung araw sa ibiabaw ng lupa?" Ang kahulugan nito ay "ang lupa" - ang iyong hangarin - ay nalulunod sa tubig-baha." Ang "tubig baha" ay ang mga katanungan na "bumubuhos" sa iyo.

Tulad nang ating nabanggit kanina, ang mga katanungang ito ay hindi madali. Ang mga ito ay mga katanungan nang iyong isip. Ang mga ito ay materyalistiko, matino, praktikal at ibinubunsod nang mga problema may kaugnayan sa katawan. Sa mga katanungang ito ("tubig-baha") ay nakakubli ang "anghel nang kamatayan." Ang kanilang mga "nasaan" at mga "bakit" ay naglalayon na lunurin tayo.

Ni Semion Vinokur

Tunay, ang katawan ay nagiging "anghel ng kamatayan" kapag sinimulan mo ang iyong landas patungo sa pag-angat espiritwal. Ang mga katanungan ay hindi tumutugot; bumabalik at bumabalik ang mga ito nang libo-libong beses: "Para ano at kailangan mo ito? Ano ang punto? Isipin mo ang iyong sarili dahil ang lahat nang ginagawa mo ay hindi naghahatid sa iyo nang anumang pansariling pakinabang. Ano ang mapapala mo sa lahat nang ginagawa mong ito? Paano ka susuklian nang Maylikha sa iyong pagsunod sa Kanyang mga kautusan? Ang lahat ba nang iyong paghihirap ay may kabuluhan pagkatapos nang lahat?

Ang lahat nang mga pagtutol na ito ay mapapailalim lahat sa katanungang "Ano?" (Hebreo: *Ma*?)

Kung lalabanan mo ang katawan, at ipapahayag ang pananampalataya sa Maylikha na Siya ang namamahala sa lahat ng mga bagay sa ngalan nang kabutihan, kung gayon ang katawan ay higit na tututol. Ito ngayon ay hihiyaw, "Sino?" (Hebreo: *Sino*?) "Sino ang Maylikha na dapat kong sundin ang Kanyang tinig?" Kung iyo lamang malalaman, kung iyo lamang makikita at mararamdaman na ang Maylikha ay dakila, ikaw ay maglilingkod sa Kanya. Isipin na lamang kung gaano kapaki-pakinabang na maglingkod sa isang iginagalaang sa ating mundo.

Sa sandaling ang dalawang pagtutol na ito nang katawan ay naghalo sa dalawang katanungan na "Ano?" at "Sino?" (*Ma* at *Mi*) at nagsama sa isang salita *Maim*, na ibig sabihin ay "tubig" sa Hebreo. Ang sobrang *Maim*

(tubig) ay lumilikha nang baha.

Ang Baha

Ang *Maim* ay ang baha na maglulunod sa iyong espiritwal na suhi kung pakikinggan mo ang mga tanong ng iyong katawan, sisirain ang lahat nang iyong pinaghirapan na mabuo sa loob. Huwag mo itong pakinggan!

Ang baha ay dumarating bilang isang marahas na puwersa na sisira sa lahat ng bagay. Yaong mga hangarin na hindi makakayanan ang mga katanungan, ibig sabihin yaong hindi "papasok sa arko" ay malilipol sa mga tubig nito: "Nalipol ang lahat nang laman na gumagalaw sa ibabaw ng lupa." Datapwat, ang kabalintunaan ay sa lahat nang pagiging walang awa nito, ang baha ay nagpapadalisay din.

Kaya lamang, ito ay nagpapadalisay lamang doon sa mga yaon na ang mga hangarin na matamo ang espiritwal na mundo ay namamayani. Ito ay tulad nang kung ang isang tao ay hindi pinakikinggan kahit ang makatwirang tanong ng kanyang katawan habang siya ay sumusulong tungo sa nilalayon, kahit anupaman ito. Sa ganitong usapin, siya ay kumikilos na tulad ni Noah, nagtatayo para sa kanyang sarili ng isang arko, (naghahanap nang tamang mga aklat, nang tamang guro, at nang tamang kapaligiran). Siya rin ay nagkakanlong doon kasama nang mga kanyang mga pansariling mga hangarin na kailangan pang maiwasto (subalit maiwawasto habang ang arko ay "naglalayag" sa ibabaw ng tubig-baha).

"Pagkatapos ang baha ay dumating sa lupa nang apatnapung araw, at ang tubig ay naragdagan at inangat ang arko, kaya ito ay umangat sa ibabaw nang lupa." Ano ang ibig sabihin niyaong apatnapung araw, habang ang iyong katawan ay binabayo nang lahat ng iyong mga hangarin nang mga tila makatwirang katanungan na: "*Ma*?" at "*Mi*?"

Ang bilang na apatnapu ay isang makabuluhang bilang sa espiritwalidad. Siyempre, hindi tayo nag-uusap tungkol sa mga araw dito. Ang bilang na apatnapu ay kumakatawan sa katangian nang pagkakaloob, ang katangian nang Maylikha.

Ang apatnapu gayundin ay ang katumbas sa bilang nang titik na ם *Mem*. Sa hebreo, ito ay nakasulat bilang.

Tulad nang inyong nakikita, ito ay kahawig nang isang nakasaradong lugar, ngunit sa katunayan ito ay binubuo ng dalawang titik *Dalet* (ד) na magkataklob na magkasama. Ang isa sa dalawa ay naka-patayo (nagsanga mula sa salitang hebreo na *Delet* - pintuan), habang ang isa pang *Dalet* ay nakapa-baligtad. Gayunpaman, kapag ang sandali ay dumating, ang mga ito ay magbubukas.

Kapag nagawa mong matagalan yaong apatnapung araw nang pag-atake nang iyong isip at hindi ka nabasag, "ang tubig ay aangatin ang arko" at ito ay "lulutang sa ibabaw ng tubig." Ito ay nangangahulugan na ang dalawang titik na *Dalet* ay nagsugpong at bumuo nang isang "saradong" titik na *Mem*, at ikaw ay "lulutang."

Ikaw ay magiging isang espiritwal na suhi sa sinapupunan nang ina (ang Mataas na Isa, ang saradong *Mem*), na nangangalaga sa iyo, nag-aaruga sa iyo at nagpapakain sa iyo. Nananatili ka sa buong pag-iingat nito habang ikaw ay lumalaki doon. Ang iyong Mataas na Ina ay hindi hahayaan ang anumang bagay na makasakit sa iyo. Ikaw ay magsisimulang lumutang sa tubig, patungo sa Mataas na Mundo.

"...at tanging si Noah lamang ang nabuhay, pati yaong mga kasama niya sa arko." Kaya ang "tubig" ay nagbago mula sa pagiging isang mapanirang puwersa tungo sa isang liwanag nang habag para sa iyo, nagpapadalisay sa iyo at tumutulong sa iyo upang umunlad. Ikaw ay aangat sa ibabaw nang tubig-baha kung saan ang ating mundo ay kasalukuyang nalulunod, winawarak ng ego at ginagapi nang mga katanungan nang katawan.

Ngayon uitin natin sa huling pagkakataon paano mo makakayang magpadalisay, sa halip na malunod, sa panahon nang baha, at paano mo magagawang maging isang "espiritwal na suhi" at makapasok sa *Mem*. Upang magawa ito, kailangan mong piliin ang mga kinakailangang mga aklat at simulang "hugasan" ang iyong sarili sa mga ito, na parang malinis na tubig. Maligo sa Liwanag ng Awa, na sa pamamagitan ng wastong pag-aaral, ay maglilinis sa iyo sa panlabas. Hinahatak mo ito na tulad nang bato-balani sa pagbabasa nitong mga aklat, at pupunuin ang loob mo nito kapag ikaw ay bumukas sa Liwanag at sa katangian nito ng pagkakaloob, kung saan ang Liwanag ay papasok sa iyo.

Itong Liwanag ng awa ang tunay na tutulong sa iyo na palabasin ang natatanging hangarin sa gitna nang lahat nang iba mo pang mga hangarin, ang hangarin na tinawag na Noah.

Tulad ng tubig-baha, ang parehong Liwanag ay "babahain" ang mga hangaring iyon, at magtutulak sa loob mo ang pangangailangan na "lubusang mabasa" nang sa gayon ay mapadalisay ang mga ito para sa kasunod pa na pag-gamit

Gaano katagal dapat manatili sa arko ang iyong mga hangarin para sa espiritwal na pagsulong? Sa buong panahon na kinakailangan para sa "tubig-baha" na tumaas sa ibaba ng "lupa" (ang iyong mga natitirang hangarin) na mga ito ay "malunod" sa Liwanag ng Awa, magpapadallisay hanggang sa hangganan na ikaw ay makakayang gamitin ang mga ito nang wasto para sa iyong panloob at personal at tanging hangarin, na kinilala bilang "Noah."

"...Ang tubig ay patuloy na unti-unting nabawasan hanggang sa ika-sampung buwan; a ika-sampung buwan, sa unang araw ng buwan, ang mga tuktok ng bundok ay nagsimulang makita."

Ikaw ay nasa arko, tiwalag sa lahat nang mga egotistikong hangarin. Hindi mo ginamit ang mga ito, subalit nanatili sa "loob" ng mga aklat at mga kaisipan nang espiritwal na pag-angat, tulad nang isang suhi sa sinapupunan ng ina. Ikaw ay nasa pag-iingt ng Mayllikha, kinakanlong Niya. Nagsasaya sa katahimikang iyon; ito ay parang Paraiso. Subalit kaw ngayon ay lumaki na at nag-kaisip, at ang sandali nang iyong paglitaw sa mundo ay nalalait na. Oras na upang simulan ang iyong "paglabas" sa arko.

Hanggang dito, ikaw ay palagiang nanalangin para sa iyong kapanganakan, na tinawag na "pagtataas ng *MAN*" sa Maylikha, ang Mataas na Isa. Ang pangalang *MAN* ay tumatayo para sa *Mayin Nukvin* (tubig na babae, tumutukoy sa tubig sa sinapupunan).

Ito ay nangangahulugan na ikaw ay dapat magsimula na sa iyong sariling landas, na "lisanin na ang sinapupunan ng Maylikha," na tulad nang tubig ng babae, ay isilang at magsimulang gumawa gamit ang iyong "magaang" na egotistikong hangarin. Hindi mo dinala ang mga ito kasama mo sa "arko," dahil isinantabi mo ang mga ito pansamantala para sa tamang panahon. Ngayong nahugasan at napadalisay na ang mga ito nang "tubig-baha," panahon napara sa iyo na simulan ang pagwawasto nang mga ito.

Sa ginagawang ito, ikaw ay nagiging mas malapit sa espiritwal na mundo, sa Maylikha, dahil ang dulo ng layon ay ang pagwawasto ng kabuuang ego. Sa gayon lamang na mararamdaman mong malaya ka, walang hanggan at lubos na maligaya. Ito ang kung ano ang gusto nang Maylikha para sa iyo. Ito lamang ang tanging kundisyon kung saan ikaw ay magagawang mapalapit sa Kanya.

Nagsimula ka nang tahakin ang landas na ito. Kaya ngayon, huwag mo nang tigilan!

Katulad nang "pagkabasag ng tubig," sa tubig ng sinapupunan habang nanganganak.

Pagsilang

"At ang tubig ay patuloy na humupa hanggang sa ika-sampung buwan." At pagkatapos ang "lupa ay lumitaw," ibig sabihin hinatak mo para sa iyong sarili ang unang mga egotistikong hangarin, ang mga pinaka-magaan at paimbabaw, ang mga bundok. "Sa ika-sampung buwan, sa unang araw ng buwan, ang mga tuktok ng mga bundok ay natanaw."

(Narito sila, makaraan ang siyam na buwan nang pag-unlad sa sinapupunan, kasama nang pagsilang nang suhi sa unang araw ng ika-sampung buwan.)

"At ito'y naganap na sa katapusan ng apatnapung araw, na si Noah ay nagbukas ng bintana ng arko na kanyang ginawa. At isinugo niya ang isang uwak, at ito ay nagparoon at nagparito, hanggang ang tubig ay humupa sa ibabaw ng lupa. At kanyang isinugo ang isang kalapati...Ngunit ang kalapati ay walang natagpuang lugar na dadapuan ang kanyang paa, at siya ay bumalik sa kanya sa arko."

Ano ang nangyayari dito? Balik-isipan kung ano ang ginawa mo noong sandali na ikaw ay nahiwalay sa materyal na mundo, at bumalik doon pagkatapos na mayroong tiyak na programa ng pagwawasto. Iyong kinuha ang magagaan na mga egotistikong hangarin, na tinawag na "uwak" at "kalapati," na naiwasto sa arko, at ginamit mo ang mga ito upang "maramdaman ang lupa" (ang hangarin). Sa paggawa nito, parang tinanong mo ang iyong sarili, "Ang ego kaya ay mahahatak muli ako?"

Bakit ito nangyayari sa pagtatapos ng apatnapung araw, at ano ang "bintana" na ginawa? Ang apatnapu ay ang katangian ng Mayllikha, ang katangian nang lubos na pagkakaloob, ang katangian ng isang ina. Ang iyong ginagawa dito ay gumagawa nang isang "maliit na bintana" dito. Ikaw ay nagdadala nang parang gusot sa paraiso sa pagdaragdag nang katiting na egoismo dito. Ito ay nagbibigay sa iyo ng kakayahan na masubukan kung makakaya mong makagawa ng ugnayan sa pagitan ng iyong altruistiko at egotistikong katangian (sa pagsusugo ng isang uwak at pagkatapos ay isang klapati - mga katangian na sumailalim sa pagwawasto sa arko). Maaari kayag mgagkaroon ng ugnayan sa pagitan nang dalawang ito? Magagawa mo na kayang "lumabas ng arko," o hindi pa?

Lumalabas dito na "hindi" dahil ang parehong ibon ay bumalik sa arko.

"At siya ay nanatili pa nang pitong araw pa; at isinugo ang kalapati." Ano ang pitong araw na ito?

Sa Kabbalah, ang bilang na pito (7) ay kumakatawan sa isang maliit ngunit kumpletong hangarin. Ang kumpletong hangarin ay mayroong parehong altruistikong bahagi (ang kanang linya) at isang egotistikong hangarin (ang kaliwang linya). Sa pagsasama nang mga ito "iniluluwal" natin ang isang "ginintuang paraan," kung saan ang dalawang magkasalungat na bahagi ay nagsasama, at bumubuo ng isang pang-gitnang linya: isang natatanging hangarin na nakatuon paitaas, patungo sa espiritwal na mundo.

Ang paraang ito ay tumitiyak sa integridad ng buong nilikha. Ibig sabihin, walang isa mang puwersa ay naaaksaya, na walang isang salita na kalabisan. Sa halip, lahat ng ito ay tungkol sa wastong paggamit nang lahat nang puwersa at proseso na nagaganap sa isang tao.

Ang ating munting hangarin ay maihahalintulad sa isang bagong silang na sanggol; ito ay nasa labas na nang sinapupunan ng ina, "nasa labas ng arko." Itong "bagong silang" ay yaong mumunting espiritwal na hangarin natin na nagsimulang gumalugad sa kasunod na antas ng pagwawasto na tinatawag na "pag-iiwi." Ang bagong silang ay hindi pa kayang lumakad, ngunit ito ay hinihinga na ang hangin ng lupa, humihingi ng pagkain at "isinisipa ang paa." Ito ay nangangahulugan na ang ating hangarin na magkaloob ay magagawang bigyan nang katiting na egoismo, na makakaya nitong panghawakan at iwasto.

Tayo ay tumatahak sa landas ng pagwawasto. Bagamat ang hangaring ito ay "sanggol" pa lamang ngayon, ito ay lalago upang maging "ang pinuno nang bagong heneresyon," ibig sabihin na ito'y pangungunahan ang iyong ibang di-pa nawawastong mga hangarin tungo sa pagwawasto, tungo sa Maylikha.

"At ang kalapati ay dumating sa kanya (kay Noah) pagsapit ng gabi; at masdan sa kanyang bibig ay isang dahon ng oliba na bagong pitas; kaya nalaman ni Noah na ang tubig ay kumati na sa ibabaw ng lupa." Ito ay nangangahulugan na ikaw ay maaari nang mag-umpisang gumawa. Oras na upang umahon sa lupa at magsimulang gumawa kasama ang ego, banayad sa umpisa, upang matiyak na hindi nito masisira ang mura at maselang mga altruistikong namumukadkad…

Ano ang sariwang bagong pitas na dahon ng oliba sa bibig ng kalapati? Ang dahon ng oliba ay sumisimbulo sa Liwanag ng buhay, na maaari lamang matanggap ng isang altruistikong hangarin.

Ang Noah sa loob mo ay nakakatanggap nang isang ulat: "Magagawa mong mapanghawakan at magamit ang (wastong) maliit na egotistikong mga hangarin, sapagkat ikaw ay nahugasan nang lubos nang tubig (Liwanag ng Awa). Bilang katunayan nito, ikaw ay pinakitaan nitong dahon ng oliba (kislap)."

Hindi pa ito langis ng oliba, na sumisimbulo nang kumpletong Liwanag ng Buhay, hindi rin ito mga oliba, subalit dahon lamang ng oliba (hindi liwanag kundi kislap). Gayunpaman, ito ay sapat upang magsimulang makapagwasto ng maliliit na mga egotistikong hangarin.

"At ang Diyos ay nagsalita kay Noah, sinasabing, 'Humayo… at maging mabunga at magparami sa balat ng lupa." Ikaw ay nakapangibabaw sa yugtong ito ng pagwawasto na tinawag na "arko." Nakatagal ka at nagka-isip sa pamamagitan nito; ikaw sa katotohanan ay isinilang muli, kaya ngayon makakatiyak ka na walang nang anupamang mga baha. Ito ang pagpapala na iginawad ng Maylikha kay "Noah at kanyang mga anak," ang naiwastong altruistikong mga hangarin: "Maging mabunga at magparami sa balat ng lupa."

Ikaw ay nakalampas sa ganitong katayuan, at ngayon ang altruismo (ang katangian ng Maylikha) ay bumuklod sa egoismo

Ni Semion Vinokur

(ang katangian ng nilikha). Sa wakas ikaw ay "yumayapak na sa lupa" at naglalakbay sa pinagpalang landas ng pagwawasto ng ego. Sa isang banda man o iba pa, ang bawat isa ay dapat tumahak sa landas na ito! At hanggang sa katapusan ng pagwawasto ng buong ego (ang pagbabalik sa Hardin ng Eden), ang iyong pagsulong ay nakatuon lamang paitaas.

Mayroon isang kasabihan sa Kabbalah: "Sa espiritwal ikaw ay palagiang aangat at hindi kailanman mabibigo." Sa katunayan, dapat mong malaman na ang lahat ng pag-angat at pagbaba na iyong mararanasan sa iyong espiritwal na landas ay maggagabay lamang sa iyo tungo sa espiritwal na bahagdan. Kahit ito'y lumilitaw na ikaw ay di-inaasahang nadapa sa kadiliman o ang gabi ay lubhang tumagal "gabi" ay tumutukoy sa mga katayuan nang espiritwal na pagbaba kapag ang liwanag ay wala), alamin na ito sa katunayan ay talagang tumutulong sa iyong espiritwal na landas. Ang tanging bagay na kinakailangan para sa iyo ay sumunggab sa bawat bagay na iyong ginamit sa "pagtatayo ng arko," at ikaw ay mararamdaman ang pagdating ng umaga (ang pag-angat).

Bakit mayroong ganitong mga pagbaba? Ito ay dahil ang katangian na pagkakaloob ng Maylikha sa loob natin ay lumago na sapat upang panghawakan ang iba pang bahagi ng ego, na kaagad ginagamit sa pagwawasto. Ang gawain ay hindi dapat tumigil. Dapat tayong sumailalim ng kumpletong pagpapadalisay.

Ito ang dahilan kung bakit mayroong mga sandali kapag iyong nararamdaman ang mga pagbaba at naririnig ang mga katanungan mula sa ego, na iyong iwawasto pagkatapos. Ito ay magpapatuloy na atakihin ka nang dating parehong mga katanungan: "Bakit mo kailangan ang lahat ng ito? Iwanan mo ito at magtuon ng pansin sa mga mahalagang mga bagay, tulad nang paggawa ng pera!"

Ang mga katanungan ng ego ay hindi nagbabago; ang mga ito ay may saysay at makatotohanan, ngunit ikaw ay hindi na ang dating nilalang. Nagkaroon ka na nang panlasa para sa espiritwal na katayuan, at nalalaman mo na ang gabi walang pasubaling magbabago tungo sa umaga.

Mula sa puntong ito, ang iyong buong landas tulad nang inilarawan sa aklat ay isa sa mga yugto ng pagwawasto ng ego, sa tulong ng katangian ng Maylikha.

Ang Bagong Daigdig

"At ang Diyos ay nagsalita kay Noah, at sinasabing, 'Humayo mula sa arko, ikaw, at ang iyong asawa, at iyong mga anak, at asawa ng iyong mga anak na kasama mo. Isama mo sa iyo ang bawat buhay na bagay na kasama mo, lahat ng laman, na ibon, at baka, at bawat gumagapang na bagay na gumagapng sa lupa; upang ang mga ito ay magkulupon sa lupa, at maging mabunga, at magparami sa balat ng lupa.'"

Ang paglabas sa "bagong daigdig" ay ang nagaganap sa iyo pagkatapos ng arko. Titingnan mo nang kakaiba ang mundo, at makakakita nang ikakatuwa sa bawat bagay. Magsisimula kang matanto na ang lahat ng bagay sa paligid mo ay ipnagkaloob sa iyo bilang tulong sa iyong espiritwal na pagsulong. Tinutulungan ka nila at natutulungan mo sila, at anumang pagkakataon ng pagdurusa na nagaganap ay naroroon lamang para sa pagsasa-ayos, upang hindi ka madapa sa pamamagitan nang pagpapa-alala sa iyona ang lahat ng bagay ay nagbubuhat lamang sa isang pinagmulan - ang Maylikha.

Ang paghihirap ay pinapagaang nang iyong pag-unawa na iyon ay para sa iyong kabutihan. Hinahayaan ka nitong mapatunayan kung nasaan ka at gaano ka napalayo mula sa tamang landas. Hahayo ka sa gawain at isasaayos ang iyong direksiyon, magbabalik sa isang bagong pag-angat.

Ating masusuma ang kabuuang pagtingin sa pagdurusa sa isang simpleng halimbawa. Isang halos mamatay sa uhaw na tao ay nasa tabi ng isang bukal ng dalisay na tubig, at tinatangkang punuin ang kanyang maruming lalagyan. Ang tubig ay lasang masagwa at mapait para sa kanya. Hindi niya makayang inumin ito, at kanyang minumura ang maruming bukal (tulad nang kadalasang pagmumura natin sa Maylikha, na nagpapadala sa atin nang paghihirap). Nang sa dakong huli napagisip-isip niya na ang problema ay wala sa tubig, kundi sa kanyang lalagyan, kanyang nilinis ito at ang tubig ay naglasang masarap.

Ito ay kapareho sa atin. Ang mga tao ay iniisip lamang ang kanilang mga sarili pati na ang kanilang mga korporyal na mga paghihirap at mumurahin ang pagdurusa na nangyari sa kanila. Nilulunod nila ang kanilang mga sarili sa kanilang mga problema, sinisisi ang lahat sa paligid nila. Subalit para doon sa mga napukaw na ang punto ng puso - yaong nagsimula nang hanapin ang pintuan tungo sa espiritwal na mundo - ay natutunan na ang pagdurusa ay nakakatulong dahil ito'y nagpapakita nang lugar (hangarin) na nangangailangan nang pagsusuri at paglilinis (pagwawasto). At ang pagwawasto ay nagawa lamang sa paghahanap nang tamang intensiyon (saloobin).

Ang hangarin ay nanatili, tanging ang intensiyon lamang ang nagbabago. Ikaw ay hindi na naghihintay para sa susunod na dagok na dumating, sa halip iyong buong kamalayang tatangkaing makagawa nang ugnayan sa Isang Kataasan upang Siya ay hindi kinailangang itulak o isaayos ang iyong landas. Ikaw ay susulong paitaas nang may galak at walang hapdi kung saan ang walang hanggang dalisay na Liwanag ng pag-ibig at kabutihan ay naghihntay.

Ang Liwanag na ito ay sinadya para sa iyo; ang bukal ay palagiang dumadaloy ng dalisay na bukal na tubig para doon sa sinumang nauuuhaw para dito. Ang pag-unawa sa konseptong ito ay sinisimbulo ni Noah, na "humahayo mula sa arko patungo sa bagong daigdig."

Ito ay isang "bagong daigdig" dahil ang daigdig na isinumpa ng Maylikha (ang iyong mga egotistikong hangarin) ay nagsimulang magbunga (mga egotistikong hangarin na sinamahan ng mga altruistikong hangarin), na nagpalitaw sa buhay, na naghahatid sa tao sa layon nang Paglikha.

"At ang Diyos ay nagsabi, "Ito ang palatandaan nang Aking ginawang kasunduan sa pagitan Ko at sa iyo at sa bawat nabubuhay na kasama mo, para sa mga kasunod na henerasyon: Aking itinakda ang Aking pagyuko sa ulap, at ito ay magiging palatandaan ng isang kasunduan sa pagitan Ko at ng daigdig."

Ang pagyuko sa ulap (bahaghari) ay isang pagpipigil na ginawa ng Maylikha sa Kanyang Sarili upang hindi magkipkip nang talagang paghuhusga sa tao: na hindi na gumawa pang muli nang mga pagbaha at mga pagwawasak, na sa kabila ng iyong mga kilos (dahil ikaw sa natural ay egotistiko pa rin) ay upang magabayan ka lamang patungo sa higit pang pagwawasto.

Ang Maylikha ay nangangako na gagabayan ka tungo sa mabuting landas, ang landas nang pag-ibig, bagamat maaaring tinitingnan mo ang landas na ito na batbat nang pagdurusa. (Tandaan ang halimbawa ng maruming inuman ng tubig at nang dalisay na tubig. Ikaw ang maruming lalagyan, habang Siya ang dalisay na tubig. Simulang linisin ang iyong lalagyan at mangyayaring malasahan mo ang tunay na lasa ng tubig.)

Ilang salita pa tungkol sa bahaghari. Ang bahaghari ay mayroong pitong kulay. Ano ang ibig sabihin nito? Ang pitong kulay ay nagbibigay pansin sa pitong katangian (*Sephirot*) na bumubuo ng ating maliit subalit kumpletong hangarin, ang kumbinasyon ng mga katangian ng pagkakaloob at pagtanggap - ng Maylikha at nilikha.

"At ang mga anak ni Noah na humayo mula sa arko ay sina Shem, at Ham at Japheth; at si Ham ang ama ng Canaan. Ang tatlong ito ang mga anak ni Noah, at mula sa mga iyon na ang buong mundo lumaganap." Ang iyong mga naiwastong mga hangarin ay tinawag na "mga anak." Sa umpisa, mayroong tatlo sa kanila (tumutukoy sa tatlong linya. Ang kanang linya ay mula sa Maylikha, ang kaliwa ay mula sa nilikha, at ang gitnang linya ay ang bunga ng kanilang pagsasama).

Ang tatlong anak ay nagluwal nang lahat ng buhay sa lupa. Ang "buhay" ay bawat bagay na sumasalungat sa egoismo. Kung may mga sandaling ang mga bagay ay lumalabas sa iyo na walang buhay - hindi sumasalungat sa ego, ngunit makasarili, at tumutungo sa pagkasira at kamatayan at nagwawarak sa mundo - huminto, isipin ang tungkol sa layunin, at ipagpatuloy ang iyong ginagawa sa pagwawasto ng iyong sarili at ng mundo. Ang lahat ng bagay ay ginawa para lamang sa iisang layunin - upang muling makasama ang Maylikha.

Maniwala kayo sa akin mahal na mambabasa, ito ay napipintong mahayag sa iyo. At isang napakahalagang bagay ay mahahayag sa iyo: ang lahat ng bagay ay pinamamahalaan ng isang batas - ang Batas ng Pagmamahal!

"At ang buong mundo ay may iisang lenggwahe at iisang pananalita." Habang iyong makikita, matapos ang "pagbaha," ang lahat nang mga hangarin ay nakatuon lamang sa Maylikha. Bilang magkasama, ang mga ito ay bumubuo ng isang kabuuan sa pagitan nang kanilang mga sarili at ng Kalikasan. Ang lahat ng ating mga hangarin ("hinugasan" sa Liwanag ng Awa) ay "nagsasalita" nang kaparehong lenggwahe - ang lenggwahe ng pagmamahal para sa Maylikha.

Gayunpaman, mayroon pa ring malaking gawain sa harap nitong mga unang altruistikong hangarin. Ang mga ito ay dapat munang gumalaw bilang egotistikong hangarin, humalo sa mga ito, at magsimulang iwasto ang mga ito, na maguumpisa sa mga mas madadali at gagalaw patungo sa mga mas mahihirap, hanggang sa ang buong ego ay maiwasto. Ang layunin ay ang "padalisayin ang lalagyan" nang lubusan. Ngunit yaon ay mangyayari kinalaunan. Sa ngayon tayo ay nasa simula pa lamang ng landas.

"At ito ay naganap, habang sila ay naglalakbay patungong silangan, na kanilang natagpuan ang isang kapatagan sa lupain ng Shinar; at sila ay nanirahan doon."

Tulad nang anumang pagtukoy sa paggalaw, "sila'y naglakbay patungong sillangan" ay nagpapahiwatig nang pagtatamo ng isang bagong antas na espiritwal. Ang "paghimpil" o kaya'y "paninirahan" ay nangangahulugan na paghahalo ng bagong egotistikong hangarin na nagpamalas sa kasunod na antas na yaon. Ito ay kung saan ang pagpasok ng isang hangarin tungo sa iba pa ay nagtutulak sa mga di-inaasahang pangyayari.

Pagtatayo Ng Tore Ng Babel

"At kanilang sinabi, "Halina at magtatag tayo ng isang lungsod, at isang tore, na ang tuktok ay abot sa langit, at gumawa tayo nang ating pangalan; kung hindi tayo ay mangyayaring magwawatak-watak sa balat ng buong mundo."

At naririto ito - ang una at di-kapani-paniwalang makahulugang pangyayari na nagpabago at bumaligtad sa buong mundo - ang simula nang pagtatayo ng Tore ng Babel. Ito ay isang kuwento na naganap noong nakaraang 4,000 na libong taon, subalit nanatiling may kinalaman hanggang sa araw na ito. Kung gayon, ating pag-aralan ito sa lahat nang anggulo nito.

Bagamat kahit ang pangyayaring ito ay nabanggit sa pinaka umpisa ng ating salaysay, tayo'y huminto saglit at itakda ang nasa likod ng makasaysayang larawan na nagpapatunay ng isang bagay na walang pasubali: na ang lahat ng bagay na nagaganap sa pisikal na mundo ay nag-uugat sa espiritwal na mundo. Anumang makasaysayang pangyayari na iyong maiisip ay isang resulta nang naganap na sa larangan ng espiritwal.

May isang kasabihan sa Kabbalah na "walang isang hibla ng damo sa ibaba na walang isang anghel sa itaas na pumapalo dito at nagsasabi dito na, 'Lumaki!'" Gayundin ang usapin ng Tore ng Babel. Ito ay tunay na nangyari, tulad nang pinatunayan ng mga talaan ng kasaysayan.

Sa pagpapalit ng ika-20 siglo, ang archeologist na Aleman na si Robert Koldewey ay natuklasan ang sinaunang lungsod ng Babylon sa ngayon ay bansang Iraq. Ito ay nagtataglay nang mga guho ng tore na ang sukat (sa metro) ay 90x90x90. Si Herodotus, ang sinaunang Griyego na mananalaysay na nabuhay noong ika-5 siglo B.C., ay inilarawan ang tore na isang pitong palapag na pyramid na kahalintulad ang laki at sukat. Ang mga makasaysayang talaan ay nagsasabi tungkol sa pasikot-sikot na templong Esagila, na sa pinaka-pusod nito ay nakatayo ang Tore ng Babel, bilang parangal sa diyos na si Marduk. Tinawag itong Etemenaki, salitang Sumerian para sa "Templo ng Pundasyon ng Langit at Lupa."

Ang Esagila ay sentro ng relihiyon nang mundong iyon, kung saan ang paganismo ang naghahari. Astrolohiya, mga signos ng Zodiac at horoscope, paghuhula, numerolohiya, spiritismo, mahika, pangkukulam, mga anting-anting, sumpa, eksorsismo ng mga masamang espiritu - ang lahat nang mga ito ay iniluwal sa Esagila at nagpatuloy hanggang sa makabagong panahon. Sa ngayon, ating nakikita ang muling pagsigabo nang mga ganitong paniniwala.

Ang Pagsilang Ng Mga Lenggwahe

May haka-haka na ang mga Indo-Eropeong lenggwahe ay nagmula sa lenggwaheng sinalita ng sangkatauhan sa panahon ng pagtatayo ng Tore ng Babel.

Si Dr. Russel Gray nang Unibersidad ng Auckland sa New Zealand ay tinantiya ang tila "edad" nang 87 na Indo-Eropeong lenggwahe at nagpasiya na ang mga ito ay malamang na lumitaw sa panahon ng Tore ng Babel kung kailan sila kinalaunan ay lumikas patungong kanluran sa Eropa at sa silangan tungo sa India.

Ang Tore Ng Babel Sa Loob Natin

Ang mga natuklasan sa katunayan ay mga palagay tungkol sa pisikal na ebidensiya nang pag-iral ng Tore ng Babel. Tayo gayunpaman, ay higit na interesado sa ugat nang kung ano talaga ng nangyari. Nagsusumikap tayong maunawaan ang sanhi, at maiugnay ito sa ating panloob na mundo, at matiyak na ang pagkakawatak na naganap noon ay hindi na maulit muli. Sa pagtatamo nang espiritwal na mundo, magagawa nating maimpluwensiyahan ang sanhi ng bawat bagay na naganap, at sa gayon ay baguhin ang ating kapalaran, ang kapalaran ng mundo, at ang kapalaran nang sangkatauhan sa kabuuan.

Kaya ang mga mamamayan ng Babylonia ay nagpasiya na magtayo ng isang "tore na abot sa kalangitan." Para sa kapakanan ng kalinawan at karagdagang patunay, tayo'y tumungo sa mga salita ng sinasalitang Torah (Midrash), na nakabatay sa pagpapakahulugan nang nasusulat na Torah. Ito ang kung ano ang sinasabi ng Midrash tungkol sa usapin: Ang mga taga-Babylonia ay nalalaman ang salaysay tungkol sa pagbaha. Sila ay nabuhay sa pangamba na ang katulad na kapalaran ay maaaring mangyari sa kanila. Kaya sila'y naghanap ng isang lugar kung saan sila'y mangyayaring manirahan na ganap na kaligtasan. Sa dakong huli, nakakita sila nang isang lambak sa lupain ng Babylonia na sapat ang lawak para sa kanilang lahat.

Kasunod nito, ang mga tao ay kinoronahan si Nimrod bilang kanilang Hari. At dahil silang lahat ay nanirahan sa Babylonia, si Nimrod sa katunayan ay naging hari ng buong populasyon nang Daigdig.

Ni Semion Vinokur

Si Nimrod ay nagpanukala sa mga mamamayan, "Tayo'y magtayo ng isang malaking lungsod kung saan maaari tayong manirahan lahat. At sa lungsod na iyon, tayo'y magtayo ng isang matayog na tore." Ang kanyang mga nasasakupan ay nagalak sa balak na ito. Kanyang sinabi na, "Magtayo tayo ng isang tore na ubod ng taas na ang tuktok nito ay makakaabot sa Kalangitan, at gumawa tayo nang pangalan para sa ating sarili, kung hindi maaaring iba pang pagbaha ay dumating at mapakalat tayo sa lahat ng dako nang mundo."

Gayunpaman, bagamat ang lahat ay nagkaisa sa paniniwala na ang tore ay dapat maitayo, ang kanilang mga pala-palagay tungkol sa layunin ng pagtatayo nito ay magkakaiba. Ang ilang mga tao ay nag-isip, "Sa pangyayari na may iba pang pagbaha, tayo'y aakyat sa tuktok ng tore kung san ang tubig ay hindi tayo mararating." Ang isa pang grupo ay naisip, "Gagawa tayo ng pangalan natin," na maglalayong magtayo ng isang lugar nang pagtitipon sa tuktok ng tore at sambahin ang kanilang mga diyos doon, upang maligtas sa anumang kalamidad. May iba pa na tumutol, "Hindi makatarungan ito na ang Maylikha lamang ay ang panginoon sa kaharian sa itaas, at itinakda ang ating nasasakupan sa mundo lamang sa ibaba."

Nakikita mo ba ang ego na nagsasalita?! "Mararating natin ang kalangitan sa ating sarili, nang walang tulong mula sa Maylikha. Maghahari tayo sa mundo, at hindi Siya. Magtatayo tayo para sa atin ng isang tore na ubod nang taas na ang tuktok nito ay makakarating sa kalangitan, at gagawa tayo nang pangalan natin."

Saan nagmumula ang kapangahasang ito? Ang kasagutan ay, na sila ay nakarating sa isang bagong antas. Buong katiyakan dahil sila'y nagawang malubos ang unang antas, kaya sila'y pinagkalooban nang karagdagang egoismo na magagamit. Sa bagong antas na ito, ang ego ay ang hari, at ang pangalan nito ay "Nimrod," mula sa salitang *Meridah* - rebelyon." "At kaya, ang mga tao ay kinoronahan si Nimrod upang kanilang maging hari. At dahil sila'y nanirahan sa Babylonia, si Nimrod sa katunayan ay naging hari nang lahat nang populasyon ng Daigdig."

Ang "Nimrod" ay isang makapangyarihang bagong egotistikong puwersa na namamayani sa kabuuan nang ego. At ang puwersang ito ang dapat mong labanan ngayon.

Babagsak Upang Bumangon

Ang unang bagay na iyong mararanasan ay ang pagbaba. Ang "Araw" ay naging "Gabi," at isang pakiramdam na mangingibabaw sa iyo ay, na ang egotistikong puwersa ng bagong antas ay nagwawagi. Ang bawat bagay na iyong natamo na ay tila nalimutan na: ito ay tulad na kung hindi mo "nalagpasan ang baha," tulad nang parang si "Noah at kanyang mga anak" ay hindi kailanman nabuhay. Ang iyong hangarin na magkaloob ay walang magagawa sa lakas ni "Nimrod."

(Ayon sa kasaysayan, sa panahon na ang Baylonia ay sumailalim sa isang malakas na bugso nang egoismo, na nagpabago sa buong mundo.)

Iyong maitatanong, "Ang pagbaba ba talagang kinakailangan?" Oo ito ay kailangan! Dagdag pa, ito ay dapat ipagdiwang dahil ito ngayon na ang kasunod na baytang sa bahagdan ay iniluluwal. Ang isang bagong antas ay inihahayag sa loob mo.

Katunayan, ito ang eksaktong nangyayari sa buhay. Gunigunihin na ikaw ang tagapamahala ng isang maliit na sangay ng kumpanya. Alam mo ang bawat bagay tungkol sa iyong mga tauhan. Ang bawat isa ay magkakaibigan at malalapit, nagdiriwang ng mga mahalagang araw nang magkakasama, naguusap-usap nang mgakakasama tungkol sa isa't-isa, nang biglang inalok ka nang pagtaas ng posisyon na hindi mo matanggihan: ikaw ay napalipat sa punong-tanggapan.

Dito dumating ang mga walang tulog na mga gabi at nangungulit na mga kaisipan: "Bakit ako pumayag dito, na isinakripisyo ang katahimikan at kaligayahan na dating nasa akin?"

Ito ay isang bagong antas. At kasama sa isang bagong antas ay kailangan mo na masanay sa bagong mga kundisyon at mga bagong egotistikong hangarin: mas mataas na suweldo, ang pagnanais na magustuhan ng iyong bagong mga nakakataas at mga nakakababa, at ang pag-asam nang higit pang mga pag-angat sa posisyon sa hinaharap, kung ikaw ay magiging matagumpay. Walang pagtakas dito, dahil ikaw ay nahaharap sa dagdag na mas mataas na antas.

Yaon ay isang halimbawa na kinuha mula sa ating egotistikong mundo.

Sa espiritwal na mundo, ang isang bagong antas ay palaging pinangungunahan nang pagbaba. Para doon sa mga nakakaunawa na ang isang pagbaba ay walang pasubaling palatandaan nang pagsisimula ng bagong pag-angat, ito ay isang masayang pagkakataon. Iyong nalalaman na matapos ang pagpoproseso nang ilang bahagi ng ego, iba pang bahagi ay madadagdag, naghuhudyat ng isang bagong pag-angat at sa gayon ay isang mas malaking paghahayag ng Maylikha. At ito ay magpapasigla sa iyo.

Ang dakilang Kabbalista, si Rabbi Shimon Bar Yohai (RASHBI), may-akda ng *Ang Aklat ng Zohar*, ay nagtamasa nang espiritwal na katayuan na hindi natin maa-akala. Ngunit bago sa bawat isang pag-angat tungo sa isang bagong antas, siya ay dumaan sa isang pagbaba. At bago siya umangat sa pinal na ika-125th na antas, ang kanyang pagbaba ay naging napakalalim na ang may-akda nang natatangi at pinakatanyag na gawang-akda sa Kabbalah ay naramdaman na siya ay tulad nang isang walang pinag aralan at di-makabasang nagtitinda sa palengke, na walang anumang espritwal na pagtatamong anupaman. Nakalimutan niya maging ang alpabeto.

Ang pagkakaiba sa pagitan niya at iba pang mga tao na nakaranas ng pagbaba ay kanyang nalalaman nang may katiyakan na ang kalagayang ito ay lilipas, sapagkat na ito'y nauna sa kanyang pagtungo sa higit na mas mataas na antas. Kailangan mo lamang na kumapit na mabuti dahil bago sa bawat pag-angat ikaw ay binibigyan nang karagdagang piraso nang ego na dapat maiwasto.

Ang isa ay hindi kailanman malalaman kung ano ang nasa hinaharap sa espiritwal na mundo. Bawat bagong antas ay isang paglalakbay tungo sa lugar na walang kabatiran. Ang isang nakakababa ay hindi magagawang matamo ang Isang Nakakataas hanggang ang huli ay angatin siya sa Kanyang kinalalagyan. Tulad nang nabanggit sa unahan, makakamit mo lamang ang pangalan nang isang antas, na isa sa mga pangalan ng Maylikha, sa sandali na natamo mo na ang antas na ito mismo.

Mula sa mga unang nabanggit, sumusunod dito na sa espiritwal na mundo mayroon lamang mga pag-angat. At maging ang pakiramdam ng isang pagbaba ay binubuo ng isa pang pag-angat sa landas tungo sa nilalayon.

Ang Babylonia Ng Nakaraan At Kasalukuyan

Tayo'y magbalik sa Babylonia. Ano ang ating nakikita? Sa biglang tingin, ang ego (Nimrod at kanyang mga tauhan) ay tila nagwagi.

Samantala, kung ating sasabihin na sa pagtatamo ng isang bagong antas, tayo'y nakakatuklas ng mga bagong pangalan ng Maylikha, sumusunod dito na ang "Nimrod" ay isa sa Kanyang mga pangalan. Bakit? Sapagkat walang ibang puwersa sa mundo. Ang Maylikha ang naglalagay ng mga balakid sa ating daan patungo sa layunin, at dapat nating pangibabawan ang mga ito. Ito ang paraan paano Niya tayo pinapalaki at pinapadalisay, sapagkat kailangan nating maging marapat sa kasaganaan na naghihintay sa atin sa katapusan ng ating paglalakbay.

Ang pagtatayo ng tore ay isang dambuhalang gawain. Dahil walang bato sa Babylonia, ang mga tao ay gumawa nang bagong materyales sa paggawa: sila'y nagsunog ng putik sa apoy at ginamit ang tumigas na bloke ng putik na kapalit ng bato.

Ang mga tumigas na bloke ng putik ay parang kusang hinubog ang mga sarili nito mismo: kapag ang mga tao ay naglatag ng isang bloke, sila'y nakakatuklas ng dalawa sa pader, at kapag sila'y nakapaglatag ng dalawa, may apat na bloke na lumilitaw sa pader.

Ano ang ibig sabihin nang sinulat na ito? Ito ang tinig ng ego (si Haring Nimrod at kanyang tauhan), na nagsasabing "Hindi natin kailangan ang Mataas na Puwersa, magpapaunlad tayo ng teknolohiya sa paggawa, at magtitiwala lamang tayo sa ating sariling mga kamay, sa ating talino at tayo'y magwawagi."

"Sapagkat walang bato sa Babylonia, ang mga tao ay gumawa ng bagong materyales sa paggawa." Hindi ba't katulad nang bagay na nagaganap sa kasalukuyan? Subalit saan tayo patungo sa ganitong pag-unlad? "...sila'y nagsunog ng putik sa apoy at ginamit ang tumigas na bloke na kapalit ng bato."

Isang katulad na eksena ay naganap sa unang bahagi ng ika 20th na siglo ng Russia, nang ang mga komunista ay tumangging kilalanin ang Mataas na Puwersa, at naisip na makakaya nilang ipatupad ang kanilang mga ideya sa kanilang sarili lamang. Sa harap nang lahat ng mga islogan na iyon, nang pagmamahal, pagkakapatiran, at pagkakapantay-pantay na kamangha-mangha sa pandinig (ang ego ay tunay na tuso). Subalit walang Mataas na Puwersa sa likod nang mga islogan na iyon. Ito ay itinayo batay sa lupa, ibig sabihin, itinatag ayon sa ego.

Ang mga Russian ay hindi natanto na ang tao ay likas na egotistiko, at na sa malao't madali ang mga bagay ay sasambulat at ang Paraiso na kanilang inaasahan ay magiging Impiyerno.

Ang mga Lihim ng Walang-Hanggang Aklat

Hanggang kamakailan, ang katulad na pag-unlad ay nagaganap sa buong mundo, laluna sa Amerika, hanggang ang bagong proseso ng kamalayan ay nagsimula. Ngayon ang sangkatauhan ay nagsisimulang maunawaan na walang pagsulong ang magagawa tungo sa kaligayahan kung ito ay nagkukulang sa kuneksyon sa Mataas na Puwersa.

Sa una ito ay maaaring lumabas na tila uubra, na ang pagsulong ay maaaring makabawas sa ating araw nang paggawa mula sa labing-dalawang oras tungo sa limang oras, na maaaring magkaroon tayo ng mas maraming panahon na magugugol sa ating mga pamilya, sa pagbabasa, pag-tuturo at kung hindi man sa pagpapahusay nang ating mga sarili. At sa katotohanan, sa una, ang mga bagay ay tila umaayos nang nakakamangha, at parang makakaya nating maisakatuparan ang anumang bagay na ating naiisip.

"Ang mga bloke ay parang kusang hinubog ang mga sarili nito: kapag ang mga tao ay naglatag ng isang bloke, sila'y nakakatuklas ng dalawa sa pader, at kapag sila'y naglatag ng dalawa sila'y nakakatuklas ng apat sa pader." Subalit ano ang bunga sa huli? Sa kasalukuyan tayo'y mas higit pang nagtatrabaho kaysa noon; tayo'y naging mga alipin ng mga korporasyon; ang ating mga pamilya ay nagkakawatak-watak, ang bilang ng mga paghihiwalay ng mag-asawa ay patuloy sa pagtaas na nagbubunga ng mga malungkot na mga nakatatanda at mga bata. Humahanap tayo nang pagkalimot sa mga droga at alak at tayo'y bumabagsak sa depresyon na naging pinaka-malaganap na karamdaman sa ating panahon. Sa katunayan, ang mga taong kuweba ay higit na masaya kaysa sa atin!

Ito ay bunga ng pag-unlad na tiwalag sa Maylikha, mula sa pagwawasto ng tao, at sa pagkakamit nang katangian nang pagkakaloob.

Kung gayon, ano ang idinulot sa atin nang pag-unlad. Nag-uumpisa nating makita na hindi natin makakayang mabuhay nang walang kaugnayan sa Maylikha. Ito ang natatanging pinakamahalagang bunga nang pag-unlad.

Hanggang sa matanto natin ang pangangailangan ng pagwawasto ng ego, walang bagay na magagawa tungkol dito. Habang hindi tayo naiwawasto o kaya ay lumalahok sa proseso ng pagwawassto, tayo'y mananatiling mahina sa mga panlilinlang ng ego (ang Nimrod sa yugto ng pagtatayo ng Tore ng Babel, ang Pharaoh sa yugto ng Ehipto), at ang ego ay hindi tinatanggihan. Ito ay maglulunsad ng digmaan, pipindutin ang pulang pindutan, tatanggap ng suhol, at ipapasagasa ang sinuman sa ilalim ng bus, hanggat ang kagustuhan nito ay nasusunod, dahil ang ego ay ganid.

Ako ay nagtitiwala na ang mundo ay halos handa nang tanggapin na tanging ang Mataas na Puwersa lamang ang makakayang paamuin ang ego. Di maglalaon, tayong lahat ay kinakailangang bumaling sa Maylikha, sapagkat wala tayong ibang pagpipilian. Datapwat, ito ay mas mainam na gawin na kaagad upang maiwasan ang sobrang pagdurusa sa pagkilala na kailangan nating umugnay sa Liwanag, sa Mataas na Namamahalang Puwersa, at makamit ang tunguhin nito.

Ang tore ay lumaki nang lumaki at di nagtagal ay naging napakataas na kailangan ang buong isang taon upang marating ang tuktok nito. Dalawang malapad na hagdanan ang tumutuloy sa tore, isa sa silangan at isa pa sa kanluran. Ang hagdanan sa silangan ay ginagamit upang mag-akyat ng mga pasanin, samantalang ang hagdanan sa kanluran ay ginagamit sa pagbaba ng mga tao. Ang mga tao ay kinakailangan na umakyat at bumaba nang madalas upang maghatid ng mga materyales sa paggawa.

Ang mga nagtatayo ay sobrang panatiko sa kanilang hangarin na matapos ang tore na kapag isang bloke ay nalaglag at nabasag, sila'y nanaghoy: Gaano na lang kahirap na mapalitan ito." Ngunit kung ang isang tao ay nadulas at nalaglag sa kanyang kamatayan, walang isa mang titingnan siya."

Isang araw, isang lalaki na pangalan ay Abraham, anak ni Terah, ay dumadaan sa lugar na pinagtatayuan ng tore. Siya ay apatnapu't walong taong gulang nang sandaling iyon, at kilala sa pagtutol sa pagtatayo ng tore. Nang siya ay lumapit at hinimok na "Samahan mo kami sa pagtatayo ng tore dahil ikaw ay malakas na tao at talagang makakatulong," siya ay tumanggi sa pagsasabing, "Ikaw ay itinakwil ang Maylikha, na Siyang tunay na Tore, at nagpasiya na palitan Siya ng isang toreng gawa sa mga bloke ng putik."

Ito ay kung paano na ang altruistikong puwersa na tumatapat sa egotistikong antas ay nagpapamalas sa atin. Ang puwersang ito ay ang tanging puwersa lamang na makakayang gapiin si Nimrod at ang pangalan nito ay Abraham.

Ang puwersang ito ay nagpapaabot ng babala na halos pabulong. Hindi pa nito makakayang makipagharap sa lumaking egoismo, subalit ang tinig nito ay maaari nang marinig, at ito ang pinakamahalaga.

Ibig sabihin, ikaw ay nagsisimula nang magkaroon ng buhay at lumabas sa kalagayan nang pagbaba. Armado nitong bagong altruistikong puwersa, ikaw ay magsisimula nang gumawa.

Samantala, ang kaganapan ay nalalapit na sa kaliwanagan - ang tore ay malapit nang "gumuho," (Sa katotohanan, ikaw ay hindi makakapagtayo nang anumang bagay na nakatuntong sa egoismo, kundi tanging sa kuneksyon lamang sa Isang Mataas.)

Ano ang Dapat Gawin

Ang aklat ay nag-aalok nang ganitong payo: "Makinig sa Abraham na nasa iyo." Hanapin siya sa gitna nang egotistikong kabaliwan at bigyan siya nang kalayaang gumalaw. Hayaan ang ego na magtungayaw at labanan ang anumang mga pagbabago na nakatuon sa espiritwal na pagsulong, ngunit ito ay dapat naiintindihan na walang nang iba pang paraan. Ang lahat ng bagay ay tinangka na at sinubok, at malinaw nating makikita na ito ay hindi umuubra.

Ipirme ang pag-iisip, at ang mga bagay masasaayos. Ang Abraham ng kasalukuyan ay ihahayag ang sarili nito sa mundo. Ito ang buong katiyakan ay kung bakit ang Kabbalah, itinago sa sangkatauhan nang libo-libong taon, ay inihahayag ngayon.

Kung ang sangkatauhan ay makikinig, tayo'y tutunton sa mapanglikhang landas ng pakikipag-isa sa Kalikasan. Kung hindi makikinig, tayo'y tutunton sa landas ng pagdurusa. Kahit anupamang daan, mararating natin ang nilalayon.

Ano ang kahulugan nang pakikipag-isa sa Kalikasan? Ang mga Kabbalista ay nagsulat tungkol dito halos 4,000 na libong taon na sa *Ang Aklat ng Paglikha (The Book of Creation)*.

Sa ating buong kapaligiran ay umiiral ang isang batas, kung saan tayo'y hindi naka-ayon. Ang Batas ng Kalikasan ay isang walang pasubaling altruismo, walang pasubaling pag-ibig. Ito ay gumagalaw sa lahat ng ating paligid nang ubod ng lakas. Ito ay nalalaman bilang ang Batas ng Maylikha.

Paano naman tayo? Nilalabanan natin ang batas na ito bilang egotistiko. Sa halip na iwasto ang patuloy na lumalaki nating ego at maging katulad nang Kalikasan, nagtatayo tayo nang artipisyal na harang upang pangalagaan ang ating mga sarili mula dito. Yaon ay ang kung para saan ginagamit ang ating mga siyensiya at mga teknolohiya.

Itong pangyayari na ang tao ay tumatangging iwasto ang kanyang sarili at naghahanap upang makapangyari sa Kalikasan sa halip ay ang itinuturing na bilang "pagtatayo ng Tore ng Babel."

Simula sa panahon ng Babylonia, ang ating mga ego ay unti-unting umuunlad hanggang kanilang narating ang kanilang pinakadulo. Ang sangkatauhan ay nawalan ng tiwala sa kakayahan nito na matugunan ang sarili nitong ego sa pamamagitan ng teknolohiya o iba pa mang uri ng pag-unlad. Sa kasalukuyan nagsisimula tayong matanggap na itong ating buong paglalakbay ay tinahak nang walang saysay.

Dahil sa krisis at patay na daan na natagpuan natin ang ating mga sarili, iyong masasabi na ang guho ng Tore ng Babel ay nagaganap mismong sa harap ng ating mga mata. Ngayon ang tanging lahat na ating kailangan ay ang gawin ang tamang pagpipilian. Matapos ang lahat, hindi ba't nakagawa na tayo nang sapat na masasamang pagpili at nagdusa na para dito?

Ang dakilang Kabbalista, si Yehuda Ashlag, kilala bilang Baal HaSulam (May-ari ng Baagdan) para sa kanyang *Sulam* (Bahagdan) na komentaryo sa *Ang Aklat ng Zohar* (*The Book of Zohar*), isinulat noong 1940 na kung ang sangkatauhan ay hindi matatauhan magkakaroon ng ikatlo at pagkatapos ay ika-apat na digmaang pandaigdig, na magkakaroon lamang ng ilang mabibilang na mga buhay. Ang mga taong ito pagkatapos ay magkakaisa sa ilalim ng pang sanlibutang batas at ang mundo ay makakakilala nang tunay na kapayapaan at pagmamahal.

Tulad nang dati, kailangan nating isalin ang mga salitang ito sa lenggwahe ng Kabbalah. Kapag ang ego ay hindi ka winawarak sa loob mo, ikaw ay handa na at sumasang-ayon na ipagkaloob ang iyong sarili sa iba, at ang pag-ibig ay ang bunga nang pagkakaloob na mararamdaman ng parehong panig.

Kabanata 3: Lumakad at Humayo

Mahal na mambabasa, ikaw ay papaakyat na sa susunod na egotistikong antas. Mga bagong gumaganap ay pumasok sa entablado, na iyong mga bagong hangarin. Ang kanilang layon ay simple - upang matulungan ka na makamit ang pinakarurok nang kahusayan na maaaring isipin.

Gayunpaman, upang maipagpatuloy ang ating paglalakbay sa ating mga sarili, ikaw ay dapat humakbang pabalik sa sandali noong ikaw ay nakakatiyak na makakaya mong gawin ang lahat sa iyong sarili, itayo ang lahat gamit ang sarili mong mga kamay, at makamit ang kaligayahan nang walang anumang tulong mula sa labas. Ngunit iyon ay noong bago ang pagguho ng Tore ng Babel sa loob mo.

Ang Kaharian ng Egoismo

Sa panahong iyon, isang haring ang pangalan ay Nimrod (iyong ego) ay naghahari sa loob mo. Sinunod mo siya nang buong katapatan, pinagtiwalaan siya, at siya lamang ang sinamba.

Narito ang isang paglalarawan nang panahong ito mula sa Midrash: "Ang lakas at katusuhan ni Haring Nimrod ay naging kasabihan. Ang bawat isa ay nalalaman na ang kanyang bisig, na nakatutok sa puso ng isang usa, ay hindi kailanman nagmintis sa tinudla nito. Kalunusan doon sa tao na mangangahas na magsabi na si Nimrod ay ginawa ang kanyang sarili na diyos, sapagkat isang taga-bitay ang palagiang nakatayo sa tabi nang kanyang trono."

Ang Nimrod sa loob mo ay tumutukoy sa likas, at bahagyang maunlad na egoismo na nagnanais at makakayang makamit ang anumang bagay: "Ang bawat isa ay nalalaman na ang kanyang bisig, na nakatutok sa puso ng usa, ay hindi kailanman nagmintis sa tinutudla nito."

    Kung iyong matatandaan, ang iyong buong buhay at lahat nang iyong mga saloobin ay nakatuon lamang nang natatangi sa iyong sarili. "Ano ang magagawa nito para sa akin" ay ang prinsipyong isinabuhay mo. Ang lahat ng iyong mga kaugnayan sa iba sa katotohanan ay bumababa lamang hanggang dito.

    Ang "Nimrod" ay ang palagian mong nilalaman. Wala siyang pinahalagahan na sinuman kundi ang kanyang sarili: "Kalunusan doon sa tao na magsasabi na si Nimrod ay isang sariling-gawang diyos."

    Ibig sabihin, "Ako ay OK sa lahat ng iba pang bagay, hangga't ito ay nabubuhay sa ilalim ko! Pumapayag akong tanggapin ang bawat bagay, pumapayag akong magbayad, datapwat Ako dapat ang nasa ibabaw nang lahat! Dahil hindi maaari na may isang lumikha sa akin!" Ito ang pangangatwiran ng iyong ego: "Si Nimrod ay isang sariling-gawang diyos."

    "Ako muna" ay ang nararamdaman mo. Hindi mo kinikilala ang sinumang iba pa, dahil ang iyong panloob na "Nimrod" ang nagpapatakbo ng palabas mula sa ibabaw ng kanyang trono.

    Ang "trono" ay nangangahulugan nang kapangyarihan. Ito ang "Tore ng Babel"sa loob mo na nilalabanan ang Maylikha at nag-aalsa laban sa Kanya.

    Sa panahong iyon, hindi mo nalalaman na hindi ito magtatagal, na ang iyong Nimrod ay mabibigo, "....sapagkat isang taga-bitay ay palagiang nakatayo sa tabi ng kanyang trono."

    Ang berdugo na laging nakatayo sa tabi ng trono ay ang iyong damdamin na ang anumang bahagyang nakakasakit sa kaakuhan, na naghahangad na kahit papaano ay hadlangan, pigilan, o apihin ito, ay napapailalim sa agarang pagpuksa.

Hindi pinahihintulutan ng iyong Nimrod ang anumang pagsalungat sa kanyang pamamahala. Naaalala mo ba ang mga oras sa iyong buhay kung saan nakaramdam ka ng sakit o pagkabalisa? Nangyari iyon noong inatake ang iyong kakanyahan. Nahihiya ka sa tuwing may lumabag sa iyong "Ako," na hinahamak ang "banal ng mga banal," "ang diyos na si Nimrod" sa loob mo.

Ang Hula

Ang Midrash sa pagpapatuloy ay nagsabi, "Isang araw ang mga manghuhula ni Nimrod ay lumapit sa trono at buong paggalang na nagpatirapa sa harap ng hari. 'O dakilang panginoon,' kanilang ipinahayag, 'Kami'y lumapit na may balita ng malubhang panganib na nagbabanta sa iyong paghahari. Ang mga bituin ay may nakikinita na isang bata ay isisilang sa iyong kaharian na ikakaila ang iyong kabanalan at gagapi sa iyo."

Ang mga manghuhula ni Nimrod ay ang iyong mga pangamba, mahal na mambabasa, na umiiral sa loob ng ego mismo. Ang pangamba ay yaong bagay na maaaring yumanig sa iyong kinatatayuan, sa iyong Nimrod. Ang pangambang ito ay palaging nagtutulak sa iyong ego na mag-alala sa kasiyahan nito at kasaganaan, naghahanap nang mas marami pang bagay, mas malalaki, mas bagong mga bagay. Datapwat itong walang hintong pagtulak na punuin ang iyong sarili sa huli ay dinadala ka sa isang sandali kung saan isang "bata ay isinilang" sa loob mo na isang araw ay gagapi kay Nimrod.

Sino ang batang ito na isisilang sa loob mo? Ito ang sibol nang kasunod na antas. Ito ay sumusulpot mula doon sa parehong Nimrod, mula sa iyong "Ako," na biglang nagsimulang maunawaan na bilang isang Nimrod, ay walang bagay kundi pagdurusa. Sa isang iglap, natanto mo na ang iyong buhay ay hindi walang ulap, dahil ikaw ay palaging nag-aalala: nakatuon sa pagtatayo ng iyong sarili sa guho nang iba, sa pag-iingat sa iyong "Ako" mula sa mga salakay, at sa pagsisikap na manatili sa ibabaw, sa iyong trono.

Ngunit kasabay nito, hindi mo magagawang lipulin ang bawat isa na nagbabanta sa iyo. Dahil sa kabilang banda, sino ang paghaharian mo?

Sumusunod dito na ang iyong ego ay ganap at lubusang nakaasa doon sa mga nasa iyong kapaligiran, at marami tayong makikita na mga halimbawa nito. Halimbawa, kunin natin ang mga bituin sa pelikula o iba pang mga kilalang tao na nagpapamalas ng kanilang magagandang mga ngiti - mga patotoo sa kanilang lubusang kagalakan. Ngunit yaon kaya talagang totoo? Sa harap nang kanilang mga malalaking kinikita, sila gayunparin ay lubhang nakaasa sa mga pahayagan, sa kanilang mga direktor at namumuhunan at sa publiko - sa madaling salita, sa bawat isang nakapaligid sa kanila. Sila madalas ay nagugupo nang tindi ng kanilang hanapbuhay at nalululong sa droga at alak dala nang desperadong pagnanais na makahanap ng daan palabas sa hawla kung saan ang kanilang mga ego ay dinala sila.

Si "Nimrod ay nasa kapangyarihan, hinihingi na palaging sambahin. "Gawin ang anumang kailangang gawin upang ang iba ay igalang ka," ang patuloy na ibinubulong ng iyong ego.

Hindi mo magagawang sirain ang iyong kapaligiran. Hindi mo magagawang burahin ang kanilang "Ako." At kahit magagawa mo, hindi mo gagawin dahil kung gayon, wala ka nang isa mang paghaharian. Dahil matapos ang lahat, hindi mo rin nanaisin o gagawin na ipamalas ang iyong kahusayan sa kawan ng mga baka. Hindi, dahil kailangan mong napapaligiran nang mga matalino; sila ang iyong nais, hindi kawan ng mga baka, na magpupugay sa harap mo. Sa gayon lamang na ang iyong ego ay magiging matagumpay. Sumusunod dito na ang iyong Nimrod ay nakakamanghang nakaasa sa ibang mga tao. Kailangan niyang tulungan ang mga ito, bayaran ang mga ito at kasabay nito, ay apihin ang mga ito.

Sa katunayan, ang ego ay tiyak na umaangat kapag inaapi ang iba. Kaya ang kasunod na antas ng pag-unlad ng ego (Nimrod) sa loob mo ay sa sandaling magsimula itong kilalanin ang sarili nito na nakaasa lamang, mahina at marupok.

Ang pangyayaring ito ay tinawag na "ang pagkilala sa kasamaan sa Nimrod." Ito ay kung kailan sa wakas ay naunawaan mo ang pakiramdam na ang kalayaan mo ay sa ilang pagkakataon ay may hangganan.

Na ikaw ay nakaasa sa marami pang iba. Yaon ang problema nang mga hari, mga pangulo, at sino pang iba na nasa kapangyarihan. Subalit sa katotohanan, ito ay problema nang bawat isang nilalang. Nararapat na palagi kang nagtatayo ng pyramid sa paligid mo, ngunit sa isang paraan na palagi kang mananatiling nasa ibabaw. Kinakailangan mo nang paggalang ng iyong mga anak, asawa, mga kamag-anak, mga kapwa sa gawain, mga pasahero sa bus o iba pang pampublikong sasakyan, maging ang aso ng iyong kapitbahay na tumatahol sa iyo. Subalit hanggang kailan mo makakayang manatili sa laro na ito?!

Kaya ang iyong susunod na antas ay ang Abraham. Siya ay kalayaan, siya ay pag-angat, siya ay ang rebolusyonaryong ideya na dumarating sa iyo matapos ang lahat ng paghihirap, at ang mga natutuklasan na ang pagkakaloob, at hindi pagtanggap, ay ang dapat na natatanging layunin ng iyong buhay. Nais niyang itakwil at iwaksi ang lahat nang mga kasinungalingan at pang-aabuso! Ito ang bagong antas na nagbabangon sa iyo, sa iyong Nimrod.

Sumusunod dito na ang Abraham ay hindi magagawang mabuhay nang wala si Nimrod. Si Nimrod ay ang antas bago si Abraham. Si Nimrod ay ang labis-labis na ego na nalalaman na ang pinaka ultimong kahihinatnan ay pagkawasak ng sarili, maliban kung makakahanap nang isang bagong paraan nang kapunuan, yaon ay, kung magagawa nitong makapangibabaw sa sarili nito.

Ngayon ating ipagpatuloy ang ating salaysay. "Isang araw ang mga manghuhula ni Nimrod ay lumapit sa trono at buong paggalang na nagpatirapa sa harap ng hari." Sino ang mga manghuhula ni Nimrod? Sila ay ang mga puwersa sa iyong ego na sumumpa na hindi mo makakayang mabuhay na tulad nang dati. Sila ay mga pansamantalang kalagayan na nagpahayag, nanghula, at inasam ang bagong antas na magiging si Abraham.

Samakatwid, ang mga manghuhula sa loob mo ay ang mga pansamantalang kalagayan sa pagitan nang Nimrod at Abraham.

"Ang mga bituin ay ipinahayag na isang bata sa malapit na hinaharap ay isisilang sa iyong kaharian na itatanggi ang iyong pagiging diyos at gagapi sa iyo." Ano ang kinahakbangkatawan ng "mga bituin?" Ang mga ito ay mga puwersa nang iyong panloob na pag-unlad. Walang saysay na paglabanan ang mga ito. Ito ay katulad nang kanilang sinasabi na, kahit ikaw ay si Haring Nimrod sa sarili niya mismo. Hindi mo magagawang maiwasan ang mga ito. Sa malao't madali, sa isang banda o sa iba pa, ang egoismo ay magbibigay daan sa altruismo, at ikaw ay magiging maligaya. Iyong maihahayag ang espiritwal na mundo at matatanggap ang mga batas nito. Yaon ang tanging layunin kung saan ang mga ito ay dinadala ka, kahit ano pa ang iyong gawin - dadalhin at dadalhin ka nila doon!

Si Nimrod ay bumaling sa kanyang mga ministro. "Ano ang mga hakbang upang proteksiyon ang inyong maimumungkahi?" Ang kasagutan ay kaagad dumating, "Maglabas nang isang kautusan na kitilin ang lahat nang mga bagong silang na mga batang lalaki!" "Isang kahanga-hangang mungkahi! Tumawag nang isang pagpupulong nang mga arkitekto. Ako ay magpapalabas nang isang kautusan na magtayo ng mga espesyal na bahay na paglalagyan nang mga babaing nagdadalang-tao. Ating titiyakin na tanging mga batang babae lamang ang pananatilihing buhay."

Ni Semion Vinokur

Huwag matakot, mga mahal na mambabasa, ngunit magpatuloy sa pagsisikap na marating ang tunay na nilalaman kung anuman ang nagaganap dito. Bilang umpisa, ating linawin na ang "anak na lalaki" o "batang lalaki" sa Hebreo ay *Ben*. Ang salitang *Ben* ay nag-ugat sa salitang *Mevin* - "pag-unawa" o "pagtatamo." Pagtatamo nang ano? Nang bagong antas. At yaon ang kung ano ang kinatatakutan ni Nimrod nang matindi. Yaon kung ano ang tumatayong banta sa kanyang kapangyarihan. Upang maprotektahan ang sarili nito, ang ego ay dapat puksain ang pagtatamo, na ipinahayag bilang halimbawa ang pagkitil sa mga bagong silang na batang lalaki.

"Kailangan nating tiyakin na tanging mga batang babae lamang ang pananatilihing buhay." Mga batang babae, mga anak na babae, ang pinaka-babaeng bahagi sa iyo, ay ang pagbibigay-anyo nang hangarin na tumanggap. Ito ang dahilan kung bakit ang iyong Nimrod ay natutuwa sa isipin nang mga kababaihan na nagsisilang nang mga batang babae. Ibig sabihin, habang mas maraming mga bagong hangarin na lumilitaw sa iyo, mas lalong higit na nakakadagdag sa karangalan ni Nimrod, at nagdaragdag sa kanyang lumalaking kapangyarihan at pamamayani - at ito ay ilang bagay na para sa Nimrod ay hindi problema.

Para sa kanya ang problema ay ang isa pang paraan nang pagpupuno nang mga hangarin, ang bagong paraan sa pagtanggap nang kasiyahan na iniluwal sa anyo ng Abraham.

Pasumandali tayong lumabas sa ating mga sarili at suriin ang ating mga sarili. Ang ating paghahangad ay lumalaki, ibig sabihin na mga batang babae ay iniluluwal sa atin. Datapwat isang araw ating napuna na ang mga hangarin ay nagbago sa *katangian*. Hindi na tayo nasisiyahan sa mga dating kapunuan. Hindi na sapat na humilata sa sofa nang may serbesa at manood sa TV. Ang kayamanan ay hindi na nagdudulot nang kaparehong kasiyahan. Ang sarap nang pagiging isang boss ay napanis na, at ang mga nakamit at napasakamay mula nang umpisa ay hindi na nakakapno sa ating mga hangarin.

Ito ay nangangahulugan na ang ating mga hangarin ay hindi lamang lumaki, ngunit nagbago sa katangian, at ngayon ay nagnanais tayo ng kakaibang pagpupuno. Ninanais natin ito, ngunit kinakabahan dahil nalalaman natin na mababaligtad ang ating mga buhay sa kabuuan. Iyon ay si Nimrod na nag-aalsa sa loob natin! Doon nito naisip na na ang lahat nang mga katulad na isipin ay dapat lipulin.

Ngunit magagawa ba niyang lipulin ang mga ito? Mula sa ating Nimrod, mula sa ating sariling, di-nasisiyahang ego ay umangat ang isang bagong henerasyon, at ang prosesong ito ay hindi mapipigil.

Ang mga batang babae (mga hangarin) at mga batang lalaki (mga paraan nang pagpupuno sa mga hangarin) na iniluwal sa loob natin ay tumutukoy sa isang bagong antas. Sa Kabbalah, ito ay tinawag na ang antas ng *Bina* sa loob natin. Ang *Bina* ay ang antas ng pagkakaloob, pag-ibig, at habag. Sa pamamagitan nang prosesong ito, ating matututunan na sa antas na ito, ay magagawa nating makaramdam nang higit na kasiyahan nang walang katapusan. Sa katunayan, magagawa nating maramdaman ang kawalang-hanggan mismo.

Pakinggan ang iyong panloob na Nimrod. Ito ay sinasabi sa iyo, "Sige, Ako'y sumasang-ayon na magkaloob. Gagawin ko ito, subalit dahil lamang na ito'y magbibigay kasiyahan sa akin." Ako'y makakaramdam nang kasiyahan," si Nimrod ay maiisip sa sarili nito, "Gagamitin ko ang bahaging ito nang *Bina* na nasa akin, itong antas nang pagkakaloob at walang katapusang kasiyahan, ngunit gagamitin ko ito para sa aking sariling pakinabang. Ako'y magkakaloob, sige, subalit dahil lamang ito'y nakakatulong sa *aking* interes!"

Ito ay ang tinatawag na "paggamit sa kislap ng pag-ibig," ang kislap ng Maylikha, na umiiral sa ating lahat, ngunit para sa ating sariling pakinabang. Ito ang ibig sabihin nang "kinikitil ang mga batang lalaki" ibig sabihin, pagtanggap nang kabuuang Liwanag -

Ni Semion Vinokur

ang lahat nang pagkalaki-laking puwnangersa ng pag-angat - para sa kapakanan nang iyong sariling kasiyahan.

Datapwat ito'y lumalabas na ito'y isang napipintong kapahamakan, at ang Nimrod sa loob mo ay nalalapt na matanto ang kanyang kamalian. Hindi pa niya nauunawaan ito, at kaya ikinagalak niya ang pagsilang nang mga batang babae (mga hangarin ng bagong antas), subalit pinipigilan nang mahigpit ang pagsilang ng Abraham - ang bagong kaparaanan nang kanilang kapunuan. Sa ngayon, kanyang naiisip na ang kanyang balak ay magagawa.

Si Terah, isa sa mga iginagalang na mahalika ni Nimrod ay nagtanong nang pabiro, "Hindi mo binabalak na ilagay ang aking sariling asawa sa isa sa mga gusaling ito, hindi ba? Siya ay nagdadalang-tao habang tayo'y nag-uusap ngayon."

"Hindi natin pinag-uusapan ang iyong sambahayan, Terah," ang hari ay siniguro siya, dahil ikaw ang aking pinaka-pinagkakatiwalaan sa lahat nang aking mga ministro.

Si Terah ay "isa sa pinaka-ginagalang sa mga maharlika," ang kanang-kamay ni Nimrod, ang tagapayo ni Nimrod, ang tagapayo ng ego. Kaya ang ego sa loob mo ay lumalago, at ang Terah sa loob mo ay kinakailangan humanap ng isang bagong paraan na ikaw ay makakapagpatuloy na makaramdam nang kasiyahan.

Ang Terah ay kumakatawan sa sistema nang pagpupuno nang isang hangarin. Samakatwid, kailangan nating gumugol nang kaunting panahon sa taong tinawag na Terah, ang tagapayo ng ego, upang maunawaan kung paano niya magagawang ipaluwal ang Abraham sa loob mo.

Ang Pagsilang ng Abraham Sa Loob Mo

Ang pagsilang ng Abraham ay ang panloob na pagbabago nagaganap sa lugar o katayuang Terah. Ito ang totoong kaparaanan ng pagpupuno sa Nimrod. Ang pangyayaring ito ay paglalarawan nang katotohanan na hindi maaari na punuin ang iyong sarili na tulad nang dati sa harap nang bagong antas sa lumalaking ego. Ang paraan nang pagpupuno sa sarili nito mismo ay nangangailangn nang malalimang pagbabago. Ang pagbabagong ito ay nalalaman bilang Abraham.

Kaya ang Terah ay iniluluwal ang Abraham upang ganap na baguhin ang paraan nang pagpupuno sa !ego, sa Nimrod sa kanya.

Isang araw, ang manghuhula ni Nimrod ay humiling nang muling pagdulog sa kanya. "Ang banta ay hindi pa rin nawawala, aming Hari! Aming napuna sa ibabaw nang tirahan ni Terah ang isang bituin, na humahagibis sa kalawakan sa lahat nang dako. Nilamon nito ang apat na bituin mula sa silangan, sa hilaga, sa kanluran at sa timog. Ito ay malinaw na nagtuturo sa bagong anak ni Terah, na lulupig sa iyong kaharian!"

Ang "bituiin, na humahagibis sa buong kalawakan" sa loob mo ay ang palatandaan na ang Abraham ay tumatayo para sa pagkakaloob. Ito ang pagbabago mula sa egotistikong niloloob tungo sa isang ganap na pagkakaloob. Mula sa sandaling ito, ang kaparaanan ng Abraham ay mamayani sa lahat nang apat na yugto nang pagunlad nang ego, ibig sabihin sa ibabaw nang lahat nang iyong mga hangarin.

"...isang bituin, na hamahagibis sa buong kalawakan sa lahat nang dako. Nilamon nito ang apat na bituin mula sa silangan, sa hilaga, sa kanluran, at sa timog." Simula sa sandali nang pagilang ni Abraham, sa kailaliman ng iyong ego, nagsimula ka nang matanto na ang lahat ng mga bagay na dating nakakapuno sa iyo ay walang saysay. Ang iyong mga pag-aari ay hindi na napupunan ang iyong hangarin; ang buhay ay nawalan na nang panlasa, at ang dating mga kasiyahan ay hungkag. Puno nang pangamba, naghanap ka ang daan palabas sa walang patutunguhang daan na ito.

Ito kung paano ang isang ganap na bagong pagtingin (bituin) ay isinilang sa loob mo. Ito ay isang bagong paraan nang pagpupunan nang iyong hangarin, isang bagong sistema na magbubuklat nang isang bagong pahina sa iyong buhay at bibigyang katuparan ang lahat nang iyong mga bagong hangarin na nalikha sa iyo, (hilaga, timog, kanluran, at silangan). Ito ay isang masayang sandali para sa iyo, para sa isang bagong saloobin na magkaloob ay isinilang sa loob mo.

Ang Midrash ay nagpatuloy sa pagsasabi na isang batang lalaki ay isinilang kay Terah, at binigyan nang pangalang Abraham. Subalit alam mo na na si Abraham ay isinilang sa loob mo. Ito ang tunay at tanging nilalaman nang salaysay na ito.

Mga Pagtuklas na Nagawa Sa Isang Yungib

Ano ang mga kundisyon para sa paglago na dapat mong isagawa para sa iyong Abraham? Dapat mo siyang ilagay sa isang yungib. Ganito ang sinabi nang Midrash: "Si Terah ay inutos na itago siya sa isang yungib." Ano ang ibig sabihin na itago ang iyong bagong silang na Abraham (saloobin na magkaloob) sa isang yungib? Ito ay nangangahulugan na gumawa sa lupa, sa iyong sariling ego, nang isang espesyal na lugar kung saan ang Abraham (ang *Bina*, ang bahagi nang Maylikha sa iyo, ang saloobin na magkaloob) ay magagawang umunlad.

Sa madaling salita, dito sa egotistikong, materyal na mundo, na tigib ng masasamang balakin at kapootan, kung saan ang mga tao ay nagsasamantala ang isa't-isa para sa sariling pakinabang, dapat kang humukay nang isang yungib para sa iyong sarili, ibig sabihin, pumili nang isang espesyal na kapaligiran. Dapat kang humanap nang mga kaibigan na may katulad na pag-iisip, at naghahangad para sa espiritwal, mga aklat na naglalarawan nang mabunying espiritwal na mundo, at isang gabay na mangunguna sa iyo tungo sa espiritwal na layunin. Kung gagawin mo ito, ito ay nangangahulugan na ikaw ay nakapaghukay nang isang yungib sa lupa.

Matatandaan na si Noah - ang unang hangarin para sa espiritwal na umangat sa pinakamaliit na egotistikong antas - ay gumamit nang katulad na paraan. Ang aklat nang Genesis ay nagsasabi na si Noah ay pumasok sa arko na parang ito ay isang yungib, isang barko na naglalayag sa karagatan at yaon ang tumiyak sa kanyang kaligtasan. Nagawa niyang maiwasan na mapuno nang mga gawi nitong egotistikong mundo, at kinalaunan ay lumabas sa ibabaw nang lupa na napadalisay na nang tubig-baha.

Kaya ganito ito ngayon, sa bagong antas nang pag-unlad ng ego. Ang kasaysayan ay umuulit sa sarili nito, tanging ang paglago nang Abraham sa loob mo ay naganap hindi sa isang arko kundi sa isang yungib. Siya ay pinalaki sa isang espesyal na kapaligiran, kung saan ito ay nasusulat na: "Ang musmos na Abraham ay lumaki sa isang yungib, malay sa maingay na mundo ng mga tao. Nagmamay-ari nang isang katangi-tanging pag-isip, dumating siya sa pagkilala sa Maylikha nang siya ay tatlong taon pa lamang ang edad."

Bakit "tatlong taon ang edad?" Ito ay nagsasabi tungkol sa unang yugto ng pag-unlad ng Abraham sa loob mo. Ito ang panahon nang kanyang pagsilang. Tulad nang ating nabanggit na, sa mas mataas na antas ng pag-unlad ng ego, ang isang bagong paraan sa pagdadama nang espiritwal ay nabubuo sa loob mo. Ang susunod na yugto ay ang tinatawag na pag'iiwi."

Habang "nasa yungib," ang iyong panloob na Abraham ay sumasailalim itong panahon nang pag-iiwi sa kanyang kapaligiran, binabasa ang mga sinulat nang mga dakilang pantas, nakikinig sa pangaral nang guro at nagsusumikap sa pagnod sa mga ito. Ang pangatlong yugto (tatlong taon) ay nagbabadya nang pag-unawa, ang yugto ng *Bina*, ang pakiramdam nang espiritwal, ang pag-unawa na ang bawat bagay sa mundong ito ay pinamamahalaan nang espiritwal na Mataas na Puwersa, na naggagabay sa mundo tungo sa pinaka-mainam na katayuan nito.

Ang Abraham sa loob mo ay dumarating sa pagka-unawa nito. Panghawakan ang iyong Abraham; nalalaman niya saan ka dapat niyang dalhin.

Ito ay nasusulat: "Dagdag pa rito, nagawa niya ito nang kanyang sarili, nakarating siya sa ganitong pag-unawa sa pamamagitan nang pagmamasid at katwiran." Ang pagmamasid ay ang walang-tigil na pagpapaunlad nang katangian ng *Bina* sa loob mo, ang katangian nang Maylikha. Tulad nang iyong nalalaman na, ang *Bina* ay hinango mula sa salitang *Mevin* o *Havana*, na ibig sabihin ay "pang-unawa."

Kaya ang sistema ay nagpatuloy sa pag-unlad. Ang yugto ng Abraham, ang antas ng *Bina* ay gumagalaw sa loob mo, at ikaw ay kumikilos nang palapit nang palapit sa Maylikha.

"Marahil dapat kong sambahin ang lupa," kanyang naikatwiran, "sapagkat ang tao ay binubuhay nang mga prutas nito? Datapwat ang lupa ay hindi naman makapangyarihan, bagkus nakaasa sa kalangitan, na nagkakaloob ng ulan. Kung gayon, dapat ko kayang sambahin ang kalawakan? Ito'y malinaw na ang kalawakan ay pinamamahalaan ng araw, na ang init at liwanag ay nagbibigay buhay sa kabuhayan nang mundo."

Si Abraham ay nagpatirapa nang kanyang sarili sa sikat ng araw. Subalit nang sumapt ang gabi, at ang araw ay nagbigay daan sa buwan, naikatwiran ni Abraham na ang buwan hindi rin higit na dakila. Ngunit kanyang iwinaksi rin ang kaisipang iyon, sa kadahilanang ang buwan ay sumisinag lamang sa gabi, kaya hindi ito mas makapangyarihan kaysa sa araw, na sumisilay lamang tuwing araw.

Iyong mauunawaan na ang paglago ay mangyayaring maganap lamang nang may pasasalamat sa mga pagbabago sa iyong panloob na katayuan: mula sa "araw," kapag ang bawat bagay ay malinaw at ang espiritwal na nilalayon ay ang pinakamahalagang bagay sa iyong buhay, tungo sa "gabi," kapag ang mga pag-aalinlangan ay dumarating at dpt mong mahanap sa loob mo ang kalakasan na bigyan ang iyong ego nang isang matinding bigwas sa nguso. Ang kadilliman ay mahalaga sa iyong paglago. Mula kay Nimrod ay lumilitaw si Terah at mula kay Terah ay lumilitaw si Abraham at iba pa.

At sa gayon, ikaw ay napapadalisay, dumadaan sa lahat nitong mga katayauan. Ang gabi ay pumapalit sa araw, na muli ay sinusundan nang gabi, bagamat sa ibang yugto na nang iyong pangunawa (o pagmamasid). At sa gayon, kasama nang iyong Abraham, iyong nararamdaman na tanging isng puwersa lamang ang namamahala sa mundo, at ang puwersang ito ay isang puwersa nang pag-ibig at pagkakaloob - ang Maylikha. At si Abraham ang kislap nito.

Ang pinakamahalagang malalim na pagtingin na iyong nakamit sa iyong pagmamasid ay, na ang egoismo sa sarili nito mismo ay hindi masama. Ang paggamit ng ego para sa iyong sariling pakinabang, sa halip ay masama. Ngunit kung gagamitin mo ito para sa kapakanan nang iba, makikita mo ito na hindi masama. Ito ay katulad nang parang hinubad mo ang dati mong balat, ang iyong ego ay naging mapanlikha, at humahalaw ka ng kasiyahan mula sa mapanlikha nitong katangian.

Kung gayon, ano ang nagbago? Ang iyong intensiyon, ang iyong saloobin ay nagbago. Ang ego ay huminto sa pagiging mapanira, at naging mapanlikha. Iyong napagtanto na "Ako'y nagagalak sa pagkakaloob. Ang kasiyahan na napukaw sa akin ngayon ay walang-hanggan at walang-katapusan, sapagkat ang mga ito ay hindi pinawawalang bisa ang hangarin na magkaloob."

Ito kung ano ang simpleng saloobin na tinawag na "Abraham: ay ginagawa - ito ay nag-aanyaya sa iyo na maging masaya. Ngayon, iyo nang nauunawaan na ang mga nilalaman nang hangarin at saloobin ay ganap na magkaiba. Ang saloobin ay tumutukoy sa kaisipan, kung saan ang hangarin naman ay tumutukoy sa pisikal na pagpapamalas nito.

Sa sandaling totoo kang magsimulang makilala at maisaayos ang dalawang puwersang ito sa loob mo, mararamdaman mo nang buong linaw na ang espiritwal na sisidlan ay nabubuo. Magsisimula kang makita ang iyong sarili nang may mga intensiyon sa halip na mga hangarin.

Ang iyong pakikitungo sa mundo, tungo sa ibang tao at sa lahat nang bagay na nakapaligid sa iyo ay magbabago nang husto. Ang pagbabagong ito ay magiging bunga nang iyong kakayahan na maisaayos ang bawat bagay na nagaganap sa iyo sa dalawang natatanging lugar: sa "aking hangarin" at "aking intensiyon." Sasabihin mo sa iyong sarili, "Ako'y gumagawa lamang kasama ang intensiyon at nang walang pagsasaalang-alang para sa aking hangarin. Hindi ko inaalala kahit kaunti kung anuman ang aking mga hangarin. Itinataas ko ang aking sarili sa lugar na ito kung saan ang mga tao ay hinuhusgahan sa kanilang mga hangarin. HIndi na ito ang para sa akin. Ako'y gumagalaw lamang nang tanging lubos sa mga intensiyon."

Itong unti-unting pag-unawa na tanging intensiyon lamang at hindi mga hangarin, na wala kang kontrol, ay ang pundasyon kung saan ikaw ay nakatayo. Hinahayaan ka nitong makita ang mundo at ang buong sanlibutan sa mga bagong paningin. Ang iyong pandaigdigang pananaw ay sumasailalim sa isang pundamental na pagbabago. Mula sa pagiging tagatanggap, ikaw ay nagiging tagapagkaloob, na nagbibigay sa iyo nang kakayahan na makit ang tunay na mundo - ang Mataas na Mundo - ang makita ang Maylkha.

Si Abraham ay humalaw nang isang kasagutan na isang lubusang-makapangyarihan at matallinong Maylikha ay dapat na nasa likod nang lahat nang ito: "Samakatwid kasunod nito na isang makalangit na Katalinuhan ay dapat na umiiral at gumagabay sa mga ito."

Kaya iyong makikita paanong ang dalawang intensiyon ay mangyayaring umiral sa isang hangarin. Ang dalawang intensiyon na ito sa kasalukuyan ay nagtutunggalian sa loob mo. Mahalaga ring tandaan a ang iyong lumang intensiyon na "para sa iyong sarili," ang ugat nang egoismo, ay hindi sinisira. Sa kabaligtaran, ang lahat nang bagay ay nakatindig sa ibabaw nito. Ang iyong higanteng ego ay pinag-iingatan, subalit napupunan sa isang kakaibang paraan, gamit ang sistema nang Abraham. Kaya sa pagsasaalang-alang sa dalawang intensiyon na ito, ikaw ay nakakarating sa pagtatamo sa pagiging katangi-tangi nang Maylikha. Ang katangi-tanging Mataas na Puwersa na ito ay ang kinatatayuan nang lubusan nang lahat ng bagay: ang gabi at araw, intensiyon na tumanggap o magkaloob - ang lahat nang bagay ay nakapailalim sa puwersang ito.

"Hindi ko pa nasilayan ang Maylikha," ang sinabi ni Abraham, "ngunit nalalaman ko na tanging isang makapangyarihan at mahabaging Diyos lamang ang makakayang likhain ang kamangha-manghang mundong ito sa paligid ko, at tanging ang Kanyang makalangit na katalinuhan lamang ang makakayang magbigay buhay sa mundong ito. Siya itong aking sasambahin!"

Hindi mo nakikita ang kamangha-manghang mundong ito habang nasa egotistikong kalagayan ka dahil ikaw ay palaging nag-aalala tungkol sa iyong sarili at kung paano mo mapupunan ang iyong ego. Paanong saan pa mang mundo kung saan wala kang tigil sa pagpupursigi sa anupaman at lahat nang kapunuan - maging ito ay pera, katanyagan o kaya'y kapangyarihan - ay magiging kamangha-mangha? Ang ego ay magpapatuloy sa paglago, at patuloy mo itong papayapain nang dagdag na pera, mas higit na katanyagan, at higit na kapangyarihan!

Datapwat yaon ang binabanggit na kamangha-manghang mundong nakikita ni *Abraham*. Gayundin makikita mo rin ang kamangha-manghang mundong ito kung magpapaloob ka sa iyong intensiyon na magkaloob. Kung gagamitin mo ang iyong egoismo nang tama, ikaw ay aangat sa ibabaw nito, at magsisimula kang makita ang hinaharap at ang iyong buhay habang sumusulong. Ang lahat nang iyong hahangarin ay upang magkaloob. Yaon ang ibig sabihin nang "makikita ang kamangha-manghang mundo," ang pagtanggap para sa kapakanan ng pagkakaloob.

Ang Abraham ay ang antas nang *Bina* sa loob mo, na lubos na pagkakaloob. Ang antas na iyon ay nagsasabing, "Hindi ko kailangan ang anumang bagay; nais ko lamang ay upang magkaloob."

Subalit ang katayuan bang ito ay talagang perpekto? Iyong tatanungin ang iyong sarili, "Nasaan itong ego na aking napangibabawan? Ano ang nangyari dito? Hindi ko napunan ito bunga nang paggalaw na ito, ngunit simpleng itinulak ko lamang palayo sa akin at umibabaw dito. Ngunit ako ay isinilang na isang egoista at dapat kong matutunan kung paano ko magagamit ang aking egoismo."

Dahil dito, iyong tatanungin kung paano uugnay sa iyong Abraham, sa iyong egotistikong kalikasan, habang tinitiyak na ang Abraham pagkatapos ay hihiling na magantimpalaan nang kasunod na antas. Kanyang ipipilit, "Na mabigyan nang pagkakataon na maisakatuparan ang iyong tunay na hangaring magkaloob, na bigyan ka nang anak na lalaki, nang sa gayon na sa antas na ito matutunan kong maisakatuparan na mapunan ang aking ego sa pamamagitan nang pagkakaloob!"

"Hindi ko pa nasilayan ang Maylikha," sinabi ni Abraham, "subalit nalalaman ko na tanging isang makapangyarihan at mahabaging Diyos lamang ang makakalikha nitong kamangha-manghang mundo sa paligid ko."

Ano ang ibig sabihin ng "Hindi ko pa nasilayan ang Maylikha"? Ito ay nangangahulugan na sa pamamagitan nang pag-uugnay sa iyong Abraham, ikaw ay umuugnay sa katangian nang *Hassadim* (awa) sa loob mo. Ito ay tulad nang kung ikaw ay natamo ang kakayahan na umangat sa ibabaw nang mundong ito at sa ibabaw nang iyong ego, nang walang pagpupuno dito. Simpleng iniwan mo ang iyong ego sa tabing daan. Ito ang dahilan kung bakit si Abraham ay nalalaman ito, bagamat hindi "nasilayan" ang Maylikha.

Kaya, kailan mo magagawang "masillayan" ang Maylikha? Tanging kapag ang Liwanag ng Buhay (*Ohr Hochma*) ay pumasok sa iyo. Kailan ito magaganap? Sa sandaling ang Abraham sa loob mo ay natamo ang mga bagong antas, sa sandaling ang "kanyang mga anak na lalaki" ay lumitaw, na hindi tatakas mula sa ego, bagkus maghahanap ng isang paraan upang mapunan ito. Ibig sabihin, kanilang gagawin kung ano ang pinaka-nilalaman ng layunin ng tao: ang tanggapin ang lahat ng kasiyahan na inihanda ng Maylikha para sa kanya.

Sa Mga Diyus-Diyusan at ang Lumikha

Si Terah, ang ama ni Abraham, ay nagtitinda ng mga estatwang diyus-diyusan, at si Abraham ay ginagawa ang lahat ng kanyang makakaya upang paliwanagan ang mga tao na huwag bilhin ang mga ito: "Isang araw ang kanyang ama ay kinailangang maglakbay, at iniwan ang kanyang tindahan sa pamamahala ni Abraham na isa nang nasa hustong gulang na lalaki.

Nag-iwan siya sa kanyang anak nang mga sumusunod na tagubilin: "Ang mas malaking sukat ng estatwa, mas malaki ang sasabihin mong halaga. Kung mahalagang tao ang dumating, alukin mo sila ng malaking estatwa, at sa hindi gaanong

Ni Semion Vinokur

importanteng tao alukin mo nang mas maliit na estatwa." Sa mga ganitong salita, lumisan si Terah.

Makailang sandali, isang kagalang-galang na matikas na lalaki ang pumasok sa tindahan. "Bigyan mo ako ng isang malaking estatwa na angkop sa aking katayuan!" may pagmamalaking utos niya sa batang lalaki. Si Abraham ay ibinigay sa kanya ang pinakamalaking estatwang nasa istante, at ang lalaki ay naglabas ng malaking halaga ng pera mula sa kanyang pitaka.

"Ilang taon ka na," tanong ni Abraham dito.

"Limampu," tugon ng lalaki.

"At hindi ka nahihiya na sumamba sa isang estatwa na isang araw pa lamang ang edad?" tanong ni Abraham. "Ang aking ama ay ginawa iyan kahapon lamang!"

Napahiya ang lalaki, kinuha ulit ang pera at nilisan ang tindahan.

Isang matandang babae ang pumasok. Sinabi nito sa batang tindero na mga magnanakaw ay pumasok sa kanyang bahay noong gabi at ninakaw ang lahat ng kanyang mga diyus-diyusan.

"Ganoon ba," sagot ni Abraham. "Kung ang iyong mga estatwa ay hindi nagawang ipagtanggol ang kanilang mga sarili mula sa mga magnanakaw, bakit ka umaasa na maipagtatanggol ka nila?"

"Tama ka," inamin nang babae. "Ngunit sino kaya ang paglilingkuran ko?"

"Ang Maylikha ng langit at lupa, Siya na lumikha sa akin, at sa iyo, at sa lahat nang tao," ang sagot ni Abraham.

Ang babae ay umalis na walang biniling anumang bagay.

Isa pang babae ang dumating, na may dala-dalang isang mangkok na puno ng arina bilang isang pag-aalay sa mga estatwa. Si Abraham ay kumuha nang isang palako at binasag ang lahat ng mga estatwa maliban sa isang pinakamalaki. Sa pagbabalik ni Terah at nakita ang mga nasira sa kanyang tindahan, siya'y napasigaw, "Ano ang nangyari dito?"

"Bakit ko itatago ang katotohanan sa iyo?" tugon ni Abraham. "Habang ikaw ay wala, isang babae ang dumating at gumawa nang pag-aalay ng arina sa mga estatwa. Bawat isang estatwa ay nagsabi na nais niyang maunang kumain. Ang pinakamalaking estatwa ay nagalit, sinunggaban ang palakol, at binasag ang lahat nang iba pa."

"Anong kalokohan ito?" pagalit na tanong ni Terah, "Alam mong tulad ko na ang mga estatwa ay hindi kumakain at hindi gumagalaw, huwag nang sabihin na nag-aaway pa."

"Totoo ba iyon?" ang balik ni Abraham. "Ngunit kung ang sinasabi mo ay totoo, bakit mo pinaglilingkuran ito?"

Sa bahaging ito ang iyong Abraham ay kumilos. Nagsimula siyang ipaliwanag sa iyong iba pang mga hangarin, maliit o malaki, lalaki at babae, tungkol sa ego na naghahari sa iyo. Yaon ay, ang unang sandali na ang Abraham ay nahayag sa iyo, na bilang isang guro. Sinabi niya sa iyo ang mga sumusunod: "Ang ego ay hindi ka magagawang ipagtanggol; hindi ka magagawang itaas nito o kaya ay mapunan ka. Hindi nito magagawa."

Ang mahalaga dito ay yaong si Abraham ay nakikiusap sa iyo, na isang egoista, at nagsasabi na ang iyong mga egoistikang hangarin ay hindi kailanman mapupunan. O sa halip, siya ay nakikiusap sa ego na humanap ito nang mga bagong kaparaanan upang mapunan ang sarili nito mismo. Ang paghahanap sa makasariling kapunuan, buong katiyakan, ay egoistiko, subalit itong eksaktong paghahanap na ito ang maghahatid sa iyo sa Maylikha. Sa katotohanan, ang ego ay buong pagsang-ayon na tumatahak tungo sa landas nang pagwasak sa sarili.

Ang dakilang Kabbalista na si Baal HaSulam ay nagsasabi nang kaparehong bagay nang kanyang ipinaliwanag kung paanong ang kahungkagan (kakulangan ng kapunuan) ay lumilitaw sa loob ng tao, kapag nagsimulang magtanong, "Para saan at ako ay nabubuhay?" "Ano ang kahulugan nang aking buhay?" Bagamat ang katanungan ay egoistiko, ang mga ito ay humahantong sa paghahatid sa tao sa isang bagong kaparaanan nang paggamit ng kanyang mga hangarin, na hindi na egoistiko. Dito kung paanong ang ego ay inaaakay ang sarili nito tungo sa paglalayon nang wastong paggamit nito.

Bakit at paano nagaganap ito sa loob mo? Ito ay sapagkat ikaw ay natatangi na ang punto ng puso ay napukaw na sa loob mo. Mayroon ka nang katangian nang *Bina*, na nabubuhay sa loob ng bawat isa sa atin. Kung hindi, hindi mo magagagap ang babasahing ito; hindi ka makakalagpas sa unang ilang pahina ng aklat na ito. Ang puntong ito ng *Bina* na tinawag na "makatao" (Adam) sa loob mo.

Kung kaya, ang katangian ng *Bina* ay unti-unting nagsimulang tumuro sa iyong ego at nagsasabi sa iyo na ginagamit mo ito nang hindi tama. Ito ay ginagawa nang Adam sa loob mo. Ikaw ay hindi kumilos nang tama ayon sa iyong kalikasan, kaya hindi nito mapangalagaan ka o mabigyan ka nang anumang bagay. Ito ay walang buhay, tulad nang lahat nitong mga diyus-diyusan, na hinalaw lamang mula sa putik."

Magbalik tayo sa *Midrash*: "Si Abraham ay kumuha ng isang palakol at binasag ang lahat ng mga estatwa maliban sa isang pinakamalaki. Nang magbalik si Terah at nakita ang mga nasira sa kanyang tindahan, siya ay napasigaw, 'Ano ang nangyari dito?"

"Bakit ko itatago ang katotohanan sa iyo?" tugon ni Abraham, "Habang ikaw ay wala, isang babae ang dumating at gumawa ng pag-aalay ng arina sa mga estatwa. Bawat isang estatwa ay nagsabi na nais niyang maunang kumain. Ang pinakamalaking estatwa ay nagalit, sinunggaban ang palakol at binasag ang lahat ng iba pa sa maraming piraso."

"Anong kalokohan ito?" pagalit na tanong ni Terah, "Alam mong tulad ko a ang mga estatwa ay hindi kumakain at hindi gumagalaw, at sabihing pang nag-aaway."

"Totoo ba iyon?" balik ni Abraham. Subalit kung ang sinasabi mo at totoo, bakit mo pinaglilingkuran ang mga ito?"

Ang Terah sa loob mo ay nauunawaan kung anong estatwa ang kanyang sinasamba. Harapin natin ito, nauunawaan mo nang buong linaw na ikaw ay dinidiyos ang ego, na hindi mo kailanman mapupunan. Iyong nalalaman na itong mga walang buhay na mga hangarin, na nangangahulugan na Liwanag ay simpleng hindi makakapasok sa mga ito, dahil sa pinaka katangian nang Liwanag na kabaliktaran nang mga iyon. Ang Terah sa loob mo ay nauunawaan ang lahat nang ito, tulad nang iyong nalalaman na ang mga hangaring ito ay naghahari sa iyo at hindi mo magawang matakasan ang mga ito.

Iyo ring nauunawaan na ang Abraham ay ang antas na sumusunod sa Terah. At iyon ang pinakamahalagang bagay na dapat maunawaan. Na iyong maunawaan na ikaw ay isinilang na isang egoista, at kaagad nang nararamdaman na ang tanging paraan lamang upang magapi ang iyong kalikasan ay ang maihayag ang Abraham sa kalooban, ang katangian nang Maylikha na pagmamahal, ang pagnanais na magkaloob.

Mayroon dalawang puwersa sa loob mo, na nagtatagisan sa isa't isa. Ang isa nagsasabi na ito ang iyong mundo, ang bawat isa nabubuhay sa ganitong paraan at walang pagtakas dito. Ito ang kung paano ka isinilang, at kaya dapat kang magpatuloy na magtinda at bumili nang mga "estatwa," ibig sabihin na gamitin ang iyong ego upang tumanggap ng kasiyahan, gaano pa man ang mga ito kababaw at pansamantala. Sa kabaligtaran, ang isa namang puwersa ay humihikayat sa iyo na ang lahat nang ito ay isang kasinungalingan, na ang buong mundo, na ginagawang diyos ang ego - ang mga kasiyahan at lahat nitong mga "estatwa" na walang pagka-makalangit sa kanila sapagkat sila ay hindi kunektado sa anupamang paraan sa Maylikha - ay huwad at gawa-gawa lamang.

Hindi mo pa nakikita na sa loob at sa likod nang bawat isang bagay dito sa mundo ay nakatayo ang Maylikha, sadyang nililito tayo. Subalit hand ka nang tanggapin ang antas nang Abraham bilang isang mas maunlad na antas; nauunawaan mo na ito ay makakatulong sa iyo na magawang maintindihan ang lahat ng mga bagay.

Ito ay nasusulat sa Midrash na ang hari ay inatasan ang kanyang mga sundalo na hanapin si Abraham. Si Abraham at si Terah ay nagpakita sa palasyo. "Si Nimrod ay nakaupo sa kanyang trono." Sinumang lumapit sa trono ay kinakailangang magpatirapa sa harap ng hari, ngunit nang si Abraham ay inlapit sa trono, siya ay nanatiling nakatayo.

Si Nimrod ay nakaupo sa trono dahil ito ang iyong kalikasan, ang iyong "Ako," ang iyong kaibuturan, na dumarating na ang lahat nang bagay ay kumikilos para sa iyong kapakinabangan, isang kinatatayuan na lumilitaw na hindi nayayanig. Subalit ang iyong Abraham ay hindi nais na yumuko sa kaisipang ito nang pagsasamantala sa iba para sa sariling kasiyahan.

Kanyang inamin na ang kanyang kalikasan ay ganoon na siya'y naghahangad ng kasiyahan. Gayunpaman, ninanais niyang gamitin ang paghahangad na ito para kapakanan ng iba, sa halip na para sa kanyang sarili. Ninanais niyang matutunan na magkaloob. At ikaw ay nasa kanya. Ito ay tanda nang iyong hakbang-kada-hakbang na pakikipaghiwalay mula sa egotistikong hangarin, na sa kalaunan ay magiging isang utos direkta mula sa Maylikha: "Ilabas mo ang sarili sa iyong bayan," na nangangahulugang tanggihan mo ang iyong egotistikong hangarin. Tatalakayin natin ang tungkol doon mamaya, ngunit sa ngayon ikaw nagsisimulang tumiwalag sa iyong ego. Hindi mo nais na tumanggap ng anumang egotistikong kasiyahan.

Sa sandaling iyong nakamit ang layong ito na pag-angat sa ibabaw ng iyong kalikasan, at nagawang umugnay sa iyong Abraham, isang bago at mas masalimuot na yugto ay magsisimula, subalit kinakailangan. Dito kakailanganin mong umugnay sa iyong ego, subalit nang may naiibang intensiyon. Ikaw ay magagalak sa pagkakaloob sa iba.

Subalit sa ngayon mayroong pagtatalo sa pagitan ng iyong Abraham at iyong Nimrod. Ayon sa Midrash, si Nimrod ay nagsabi, "Ang aking paghahari ay sumasaklaw hanggang sa araw, sa buwan at mga bituin!"

Si Abraham ay tumugon, "Sa bawat araw, ang araw ay umaangat mula sa silangan at lumullubog sa kanluran. Utusan mo ang araw na sumikat bukas sa kanluran at lumubog sa silangan…o kaya [kung ikaw ay lubos na makapangyarihan] gawaran mo ako nang isa pang kahilingan. Sabihin mo sa akin kung ano ang iniisip ko ngayon at kung ano ang aking binabalak na gawin." Sa huli, si Abraham ay nagpahayag sa harap nang lahat na mga maharlika: "Ikaw ay hindi isang diyos!"

"Mga alagad!" sigaw ni Nimrod, "ipiit ang rebeldeng ito sa kulunganngayon din!"

Ang nagaganap dito ay ang iyong Abraham ay nais na ipakita sa iyong Nimrod na ang iyong ego ay walang kontrol sa sarili nito o maging sa kalikasan. Sa kabila nang paniniwala nito sa pagiging isang diyos, hindi nito nalalaman ang mga puwersang naghahari dito.

Iniisip natin na tayo ang may kontrol dahil tayo'y nabubuhay sa kalagayan na natatago. Magbalik isip kung sino ka ilang sandali ang nakakalipas. Nasa isip mo na ikaw ay nasa lubusang kontrol, nagsasarili at malayang gumawa nang iyong mga pasiya? Ngunit ngayon, si Abraham ay inilalantad na ito isang maling pag-aakala, at ginagawang malinaw na wala kang kontrol sa iyong mga kilos o kapalaran. Sa katunayan, ito ay isang paghahayag sa iyong Nimrod.

Sumusunod dito na kung walang Abraham, hindi maaari na makita ang tunay mong limitasyon. At ang pagkakatuklas na ito ay hindi kawili-wili.

Ni Semion Vinokur

Piitan

Si Abraham ay ikinulong sa isang bartolina nang sampung taon.

Mahal na mambabasa, naniniwala ako na iyo nang natanto na lahat nang nagaganap sa iyo sa buhay ay nagaganap nang natatangi para sa iyong kabutihan. Ang iyong buong buhay sa mundong ito ay walang iba kung hindi ang iyong indibidwal na paglalakbay patungo sa Maylikha habang inaakay ka papunta sa Kanyang Sarili.

Ang bartolina na ang iyong Abraham ay pinagtapunan ay ang pinaka-mainam na katayuan para sa iyong pag-unlad. Ang iyong Abraham ay dapat matanggap na siya ay walang magagawang nakakabit sa kanyang ego. Kinakailangan niyang maranasan ito nang tuwiran, hindi sa pag-aakala lamang, bagkus talagang maramdaman ito! At ang tanging paraan upang maramdaman ito at malinaw na makita na ang ego ay isang masamang puwersa ng kadililiman na nagnanakaw sa iyo nang iyong kalayaan, ay angilagay ang iyong sarili sa "malalim na lupa," sa piitan - ang pinakamadilim at pinaka-niloloob ng iyong ego, na kung saan wala kang magagawa kung hindi ang maramdaman nang matindi ito at naka-tanikala dito. Ito ay magagawa lamang sa piitan ng ego, sa pinaka-bituka ng lupa.

Nais kong bigyang-idiin na ang salitang "lupa" (*Ereetz*) ay hinango mula sa salitang *Ratzon* (hangarin). Ibig sabihin, ikaw ay nakabaon sa bituka nang lupa, sa kailaliman ng iyong hangarin. Ito ay isang mahalagang karanasan para sa iyong Abraham, na kinakailangang maranasan at mabuhay sa lahat nang ito upang makawala sa iyong ego.

Sa bahaging ito, si Abraham ay dumadaan sa isang yugto na ang bawat nilalang na hindi magawang bitawan ang kanyang ego ay pinagdaraanan. Sinusubukan mo ang lahat nang bagay na iyong makakayanan na pagkaisahin ang ego sa kung ano ang iyong pinag-aaralan; nais mong manatili na isang egoista, subalit kasabay nito ay kunektado sa Maylikha. Kaya si Abraham ay natagpuan ang kanyang sarili na nasa piitan.

Ang panahon na nararamdaman mo na parang ikaw ay nabubulok sa kulungan ay isang panahon nang paghahanda, at mararamdaman na labis na napakatagal.

Sa Kabbalah ang kalagayang ito ay tinawag na "ang dalawang patong na pagkakatago ng Maylikha." Ito ay sinusundan ng isang panahon ng " nag-iisang pagkakatago." Ang mga ito ay yugto nang iyong "pagkakakulong."

Iyo nang nalalaman ang tungkol sa pag-iral ng Mataas na Pamamahala noong ikaw ay nasa Abraham, ngunit iyong natanto na ang iyong kalikasan ay hindi maaaring magapi.

Ang katayuang ito ay tinawag na "pagkakakulong," na tumatagal hanggang iyong maunawaan na magagawa mong mabawi ang iyong kalayaan, subalit hindi sa pamamagitan nang sarili mong pagsisikap. Sa halip, maaari ka lamang maging malaya kung ang Maylikha ay sasaklolohan ka.

Kinakailangan nang panahon upang maunawaan ito.

Tulad nang sinabi sa Midrash, Ang iyong Abraham ay mananatili sa piitan nang sampung taon. Kalabisan nang sabihin, na hindi tayo nag-uusap tungkol sa korporyal na mga taon, dahil ang iyong paglaya ay maaaring maganap sa isang iglap. Makalipas ang sampung taon, si Nimrod sa dakong huli ay naunawaan na si Abraham ay hindi magagawang basagin, at ipinag-utos na ito ay bitayin.

Ang Kamatayan Na Hindi Naganap

"Si Nimrod ay nag-utos sa kanyang mga tauhan na maghanda sa kanyang kapitolyo na Ur ng mga Chaldean, na maghanda nang isang pugon para sa pagbibitay sa pamamagitan ng apoy."

Ni Semion Vinokur

Ang "kamatayan" ay ang paglisan ng Liwanag. Ang "kamatayan sa pamamagitan ng apoy" ay kapag ikaw ay binigyan nang ganoong dami ng Liwanag, nang ganoong kalaking kasiyahan, na wala kang magagawa kung hindi tanggapin ito para sa iyong sarili. At kapag yaon ay naganap, ang kahihiyan ay susunugin ka nang buhay. Wala nang mas hihigit pa na kakilakilabot kaysa doon.

At yaon ang kung ano ang naghihintay sa iyong Abraham. Siya ay nasa sa landas na tungo sa Maylikha. Kanya nang naranasan ang kaligayahan nang pagiging malapit sa Liwanag, nabubuhay nang nakatugma sa Batas ng Pagmamahal at pagkakaloob, at ngayon siya ay isinasalang nang labag sa kanyang kagustuhan sa isang katayuan na maaaari siyang "masunog nang buhay."

Guni-gunihin na ikaw ay binigyan nang lahat ng bagay na maaari mong pangarapin: salapi, mataas na katayuan sa lipunan, kapangyarihan at katanyagan, kalusugan, at maging ang pakiramdam na ikaw ay sumusulong patungo sa espiritwal na paghahayag. Tulad nang kanilang sinasabi, "ito'y isang alok na hindi mo matatanggihan." Ikaw ay nabibigkis nang egotistikong gapos at binigyan ng panahon upang isipin ang alok - nang tatlong araw.

Ang "tatlong araw" ay kumakatawan sa tatlong landas. Ito ay kapag ikaw ay dinadagsa nang pag-aalinlangan kung ano ang dapat mong piliin. Ang mga pag-aalinlangan ay ang kadenang bumibigkis sa iyong Abraham. Patungkol naman sa kung ano ang dapat mong piliin, amin nang nabanggit na ang panggitnang landas, na nalalaman din bilang "pananampalataya sa ibabaw ng katwiran."

Sa bahaging ito ng Midrash, ating nakatagpo si Amathlaab, ang ina ni Abraham, sa uang pagkakataon. Siya ay dumating nang may isang kahilingan: "Hindi mo ba magagawang magpatirapa sa harap ni Nimrod kahit isang beses lamang?" kanyang bulong kay Abraham, "at patatawarin ka niya, aking minamahal na anak."

Ano itong antas na nasa loob mo na tinawag na "Ina ni Abraham"? Ang ina ay ang antas ng egoismo na bumubuhay sa iyo. Ang ama ay nagtuturo sa intensiyon; ang isang ina ay ang iyong ego. Hindi mo nalilisan ang tahanan ng iyong "ama at ina" (ang iyong likas na mga hangarin), ang lugar kung saan ang iyong ina ay magagawang makalapit sa iyo.

Tulad nang nabanggit na, ikaw ay dinadalaw ng mga pag-aalinlangan, na parehong natural at minamahal tulad ng isang ina, na tulad nang dati ay nakakahikayat sa iyo. Ito ang panghuling pagsubok bago ang iyong paglundag sa kasunod na espiritwal na antas. "Hindi mo ba magagawang magpatirapa sa harap ni Nimrod kahit isang beses lamang?" "Basta kunin lamang kung ano ang ninanais niyang ipagkaloob sa iyo nang isang beses." Ang pagkuha ay nangangahulugan nang pagtanggap ng kasiyahan para sa iyong sariling kapakinabangan nang walang pagsasaalang-alang sa sinumang iba pa.

Si Abraham ay tumanggi, at sa gayon ay pinigtas ang kanyang sarili mula sa dating antas sa una at higit sa lahat. Ang iyong Abraham ay pinatunayan na wala na siyang kaugnayan sa kanyang ama (lumang kaisipan) o kanyang ina (ang dating antas ng ego).

Ang paglayong ito ay humahalimbawa sa pagsisimula nang iyong "Ako" nang mabilis na kumikilos patungo sa sandali ng buhay kapag narinig nito ang utos na: Lumakad ka at humayo mula sa iyong bayan, mula sa iyong mga kamag-anak at mula sa tahanan ng iyong ama, tungo sa lupain na aking ipapakita sa iyo."

"At pagkatapos, ang mga alipin ni Nimrod ay sinilaban ang gabundok na mga kahoy nang apoy sa magkabilang dulo." Ang mga alipin ni Nimrod ay yaong mga hangarin na naglilingkod sa iyong egoismo. Sino ang makapagliligtas sa iyo sa ganitong mabigat na suliranin? Ikaw ay mahina, samantalang ang mga hangaring naglilingkod kay Nimrod ay malalakas. Hindi mo makakayang paglabanan ang mga ito! Ikaw ay malapit nang mawasak at "masunog" (mula sa kahihiyan, tulad nang aming nabanggit). At kaya ikaw ay mananalangin, tunay na mananalangin, mula sa kaibuturan ng iyong puso. At doon ang sandali kung kailan ang Maylikha ay tutugon.

"Ang Maylikha ay tumugon, 'Walang Akong katulad sa kalangitan, at walang katulad si Abraham sa daigdig. Ako sa Sarili Ko ay bababa upang iligtas siya mula sa apoy!" At ang Maylikha sa Sarili Niya ay nilloob na ang apoy ay hindi magdulot nang pinsala kay Abraham."

Tanging ang Mataas na Puwersa lamang ang makakahila sa iyo mula sa isang antas tungo sa kasunod. Kapag wala ka nang pag-asang nalalabi, kapag ang iyong isip ay hindi na mapakinabangan, ikaw ay magpapasiya na magtungo sa pananampalatayang nasa ibabaw ng katwiran (ang katwiran bilang matapat na lingkod ng ego), kapag ikaw ay napasiya na umangat sa ibabaw nito.

Ito ay kapag ang isang "milagro" ay naganap (ang "milagro mula sa pananaw ng egoismo, bagamat lubos na umaayon sa espiritwal), at ang Maylikha sa Sarili Niya ay hatakin ka mula sa isang antas tungo sa isa pang antas. Isa pang paraan ng pagsasabi na ito ay pagsisimula ng iyong lubos na pakikipag-isa sa *Bina*, ang bahagi ng Maylikha sa iyo. Ikaw ay aangat sa "ibabaw ng lupa" - sa ibabaw ng *Malchut*, sa ibabaw ng ego. Kung saan ang "apoy" ay wala nang magagawang pinsala pa.

"Ang kahoy ay nagbago ang anyo at naging kahanga-hangang mga sanga, na hitik sa bunga." Ikaw ay masusunog sa kahihiyan kung iyong gagamitin ang Liwanag para sa iyong sariling kasiyahan. Datapwat kung gagamitin mo ito para sa pagnanais na magkaloob, ang "kahoy" na nakasadyang magsunog sa iyo ay magiging mga prutas na iyong makakain, na magpupuno sa iyong sarili at sa gayon ay sumulong.

"At si Abraham ay lumabas na walang pinsala sa mata nang lahat at ang mga tao ay mapangha." "Bakit buhay ka pa?" ang tanong ni Nimrod na nanginginig sa takot..

"Ang Diyos Na Maylikha ng langit at ng lupa, at Yaong iyong nililibak, ay iniligtas ako mula sa kamatayan."

Sa madaling salita, ang iyong Abraham ay ipinamalas sa bawat isa na ikaw ay magagawang umangat sa ibabaw nang egotistikong hangarin. Dagdag pa rito, ito ang tanging paraan upang makalaya mula sa karumal-dumal na kalikasan na naghahari sa iyo. Ikaw ay makakayang lumabas mula sa ilalim nito, at sa gayon ay walang kapangyarihan na makaka-pangibabaw sa iyo.

Ang madla (lahat ng iyong egtistikpng hangarin) ay nakikita ngayon na ito maaari, sapagkat sila din ay nabubuhay sa antas ng Nimrod. Kanilang nauunawaan na sila'y nasa ilalim ng paghahari ng ego, datapwat walang nakikitang daan upang makatakas. Ngunit ngayon, si Abraham ay ipinakita sa kanila na mayroong isang paraan.

"Natulala at natatakot, ang hari ay nagpatirapa nang kanyang sarili sa harap ni Abraham. Lahat ng mga ministro ay gumaya din. 'Huwag kayong magpugay sa akin,' ang sabi ni Abraham, 'ngunit sa halip, magpugay kayo sa harap nang buhay na Diyos, ang Maylikha ng Sanlibutan.'"

Ibib sabihin, ang katangian na iyong nakamit ay hindi ka pinapayagan na maging mapagmalaki, dahil sa ngayon, iyo nang nauunawaan kung saan nanggagaling ang iyong kaligtasan at ikaw ay magtuturo sa bawat isa sa pinanggagalingan na ito nang buhay, sa Maylikha, ang katangian nang pagkakaloob, ang LIwanag na nahayag sa loob mo. Yaon ang kung ano ay tinutukoy na bilang "ang nabubuhay na Diyos."

Ang MIdrash ay nagpatuloy sa pagsasalaysay na matapos ang lahat nang mga naganap na ito, si Terah at kanyang pamilya ay nanirahan sa Haran.

Ni Semion Vinokur

Si Sarah, Ang Asawa Ni Abraham

"Si Abraham ay pinakasalan ang kanyang pamangkin na si Sarai, dalagang anak ni Haran. Siya ay mas bata kay abraham nang sampung taon, subalit hindi matatawaran ang pagiging matuwid, at kinalaunan ay hinigitan pa ang kanyang asawa sa kahusayan sa propesiya."

Kailanman kapag ang MIdrash ay bumabanggit sa sinumang babae, ito ay tumutukoy sa "iyong panloob na babae" (maging ikaw man ay babae o lalaki). Kung kaya si Sarai, na kinalaunan ay naging Sarah, ay kumakatawan ang hangarin upang tumanggap sa loob mo, bilang iyong panloob na babae.

Habang ang iyong panloob na babae ay nabubuhay sa iyo nang walang tamang intensiyon, siya ay naglilingkod sa mapanirang ego. Subalit sa sandaling ang tamang intensiyon ay nakakapit sa kanya, ang babae ay nagiging mapanlikhang puwersa.

Kaya ganito ito dito. Ang "Abraham," ang intensiyon upang magkaloob, ay pinakasalan si Sarah, ang hangarin upang tumanggap, at kaya nabago ang anyo sa isang matuwid na babae. Sa pakikipag-isa kay Abraham, si Sarah, ang hangarin upang tumanggap ay nakamit ang intensiyon upang magkaloob ay naging isang dalisay at mabunying katayuan, at ikaw ay nagsimulang maunawaan ang kahulugan nang tunay na kaligayahan, kung ano ang ibig sabihin nang mag-isip para sa iba sa halip nang iyong sarili, at kung paano ang pakiramdam nang totoong pag-ibig.

Kasunod nito, Si Sarah ay naging higit na kapuri-puri kaysa kay Abraham sapagkat siya ay nagtataglay ng egoismo na wala kay Abraham sapagkat si Abraham ay likas na dalisay, ang katangian nang *Bina* na nasa iyo. Pagkatapos, si Sarah ay naging ina nang lahat.

Si Abraham ay nagsimulang ikabit ang mga egotistikong hangarin sa kanyang sarili at padalisayin ang mga ito. Ang una at pinakamalapit na hangarin sa kanya ay si Sarah, kasunod nang kanyang mga mag-aaral, na susunod nating pag-uusapan, at pagkatapos ay ang kanyang mga anak na lalaki - si Isaac, Jacob - hanggang iyong makamit ang lubos na kadalisayan. Tulad nang iyong natutunan muli't-muli, na ating palaging pinag-uusapan ang tungkol sa kung ano ang nagaganap sa loob mo.

Ito ay nasusulat tungkol kay Sarah na "Siya kinalaunan ay nahigitan pa ang kanyang asawa sa kahusayan sa propesiya." Walang pag-aalinlangan tungkol dito dahil si Abraham sa loob mo ay walang pasubaling pagkakaloob at samakatwid ay tiwalag sa egoismo. Si Sarah, gayunpaman, ay kumakatawan sa iyong egotistikong hangarin. Kung kaya, sa pakikipag-isa kay Abraham, siya ay naging napakahalagang bagay (hangarin sa loob mo).

Si Sarah ay mas malapit sa lupa. Ito ay nasusulat na siya (tulad nang bawat babae sa ating mundo) ay hindi "tiwalag sa buhay," at kasabay nito, siya ay kunektado kay Abraham. Ito ang dahilan kung bakit siya ay nagagawang mag-propesiya habang nauunawaan at hinahangaan.

Subalit bumalik tayo sa MIdrash. Ito ay nasusulat, "Sa panahong iyon, si Abraham ay naging ganap na pitumpu..." Ito ay nangangahulugan na lahat nang pitong *Sephirot* (*Hesed*, *Gevura*, *Tifferet*, *Netzah*, *Hod*, *Yesod*, at *Malchut*), ang buong Abraham, ang kabuuang hangarin sa loob mo, ay naging naiwasto (sa pamamagitan nang pagkakabit sa sarili nito ang naunang antas nang Terah, na naniwala sa kanyang anak). At dahil ang isang indibidwal na *Sephira* ay binubuo ng 10 *Sephirot*, na pitumpo ang lahat.

Ang Guro

Sa unang pagkakataon, ang Abraham sa loob mo ay makapagsisimulang magturo. Dala nang pakikipag-isa kay Sarah at pagsapit sa edad na pitumpu, siya sa wakas ay naging isang ganap na gumaganang hangarin. Ang kanyang pag-iisip ay wala na sa alapaap, dahil si Sarah "ay ibinaba siya sa lupa." Ngayon magagawa mo nang umugnay sa mga tao sa loob mo at turuan sila na hindi ka na ituturing na kakatwa. Ngayon ikaw ay mauunawaan na.

Si Abraham ay ibinabahagi ang karunungan kung kaya nauugnay sa kanyang sarili ang higit pang mga hangarin at pinapadalisay ang mga iyon.

Narito ang kung ano ang sinasabi ng Midrash tungkol sa usapin: "Ano ang ginawa ni Abraham sa Haran? Tumawag siya nang pagpupulong ng publiko at inihayag sa harap nila ang katotohanan tungkol sa nag-iisang Maylikha, at hinihikayat ang mga tao na paglingkuran Siya... Bilang karagdagan sa mga pagsasalita sa publiko, nagsagawa din siya nang pakikipagtalakayan kung saan kanyang ipinaglaban ang kanyang mga pahayag doon sa sinuman na nag aalinlangan mga ito. Siya rin ay bumuo nang mga aklat na nagpapatunay sa kawalan ng saysay ng pagsamba sa mga diyus-diyusan. Kaya si Abraham ay nakatipon nang libo-libong tagasunod, na tinanggap ang pag-iral nang Maylikha.

Sa katunayan, ito ang eksaktong pangyayari kung paanong ang Abraham ay natitipon sa loob mo ang lahat ng altruistikong hangarin, na kinalauanan ay tatawaging ang "bayan g Israel." Ang "israel" ay hinango mula sa mga salitang *Yashar* (Hebreo sa direkta) at *El* (Hebreo sa Diyos), ibig sabihin na direkta sa Maylikha. Tandaan na ang padkaunawang ito ay lubusang walang kinalaman sa relihiyon, nasyonalidad, o kahit lahi. Ang bayan ng Israel (ang hangaring nakatuon sa Maylikha) ay nabuo sa loob mo (nang walang kinalaman sa iyong kinabibilangang simbahan na iyong kinagisnan).

Bilang karagdagan, ito ay talagang nasusulat na si "Abraham ay nilakbay ang daigdig nang walang hinto, ipinalaganap ang pananampalataya sa Maylikha." Ibig nitong sabihin na mayroong nagpapatuloy na paghahanap para sa mga bagong hangarin sa loob mo, na maaaring ikabit sa bayan, na naiwasto, kung saan isang altruistikong intensiyon ay maidaragdag sa isang egotistikong hangarin.

Lumakad At Humayo Mula Sa Iyong Bayan

Mahal na mambabasa, may marami nang sandaling tayo'y naglalakbay sa mga "pahina" ng Midrash, at sa magandang kadahilanan. Ito lamang ang tanging pangagalingan nang detalye ng kasaysayan ni Abraham, mula sa sandali nang hindi mo halos siya nararamdaman (ang kanyang "pagsilang"). Ang Midrash ay naglalarawan ng lahat ng bagay na nagaganap sa kanya hanggang sa sandali na ang Maylikha mismo sa Sarilli Niya ay tawagin siya.

Ngunit sa ngayon tayo'y magbabalik sa nasusulat na Torah (ang Pentateuch, ang Midrash ay ang bigkas na Torah). Sa pinakaunang pagkakataon, ang Maylikha ay nanawagan sa Abraham sa loob mo dahil sa wakas ay naririnig na nito ang katuruan Niya. Hanggang dito, ikaw ay kakaiba at walang kakayahan na mahiwatigan ito, at ang katuruan ng Maylikha ay lalabas na hindi katanggap-tanggap sa iyo.

"Ngayon ang Panginoon ay sinabi kay Abraham: 'Lumakad at humayo ka mula sa iyong bayan, mula sa iyong mga kamag-anak, at sa tahanan ng iyong ama, tungo sa lupain na Aking ipapakita sa iyo, at Aking gagawin kang isang dakilang bayan, at Aking pagpapalain ka, at gagawin ang iyong pangalan na dakila; at ikaw ay magiging isang pagpapala.'"

Ito ang simula nang paglalakbay nang iyong Abraham kasama yaong mga hangarin na nagawa niyang ikapit sa kanyang sarili: Si Sarah, ang kanyang sambahayan, at kanyang mga mag-aaral. Ang lakbayin ay "sa labas ng iyong bayan, malayo sa iyong mga kamag-anak at malayo sa tahanan ng iyong ama." Ibig sabihin, dapat kang tumiwalag sa lahat nang mga ito.

"Pagtitiwalag mula sa lupa" ay nangangahulugang paghihiwalay mula sa mga hangaring hindi mo magawang iwasto. Ang sandali nang mga ito ay darating, subalit sa ngayon ay iiwanan mo ang mga ito, at pananatiliin lamang yaong mga hangarin na magagawa mong ikabit sa *Bina*, ang bahagi ng Maylikha sa iyo, itong marubdob na hangaring magkaloob na iyong nakamit na. Kakailanganin mong dalhin ang mga hangaring ito at dumating kasama ang mga ito sa espiritwal na antas na tinawag na (Una at Pangalawang Templo) ang "Templo" ang antas ng mga hangarin kung saan ang haring David at Solomon ay umiiral.

Lulundag nang kaunti sa unahan, gusto kong linawin na sa sandaling natamo mo na ang kanilang antas - ang ganap na pawawasto nang mga hangaring iyon, na iyong "isinama sa iyo" - kailangan mong muling mahulog sa balon ng mga egootistikong hangarin na iyong pansamantalang iniwanan. Sa pagkakamit nang kawastuan, kakailanganin mong muling makihalubilo kay Nimrod, kay Terah, at kay Haran, dahil mayroon ka nang kalakasan na iwasto ang mga ito.

Sa katunayan, ang layunin ng iyong pagkakalikha ay ang kumpletong pagwawasto ng lahat nang iyong mga hangarin. Tanging doon lamang na ikaw ay makakabilang sa kawalang-hanggan at makakamit ang lubusang kaligayahan na umiiral na maging sa ngayon, ngunit hindi mo nararamdaman dahil sa iyong di-pa nawawastong sisidlan.

Ito ay nasusulat sa Torah, "Lumakad at humayo mula sa iyong bayan." Ibig sabihin, "Lisanin ang lugar kung saan ikaw ay isinilang at nabuhay hanggang sa ngayon, at itakwil ang iyong mga egotistikong hangarin. Magsimula kang sumulong sa ibabaw nang mga ito at ituring na parang hindi umiral ang mga ito."

Iyon ay sinundan nang: "...at mula sa iyong mga kamag-anak at mula sa tahanan ng iyong ama..." ibig sabihin "Tumiwalag mula sa iyong dating antas, lisanin ang iyong lumang kapaligiran na hindi lumahok sa pagtugis sa espiritwalidad."

"...tungo sa lupain na Aking ipapakita sa iyo." Yaon ay, "Gamitin ang mga hangarin na mapupukaw sa iyo. Ang mga ito ay ang mga hangarin na iyong ikakabit sa iyong intensiyon na magkaloob, na tinawag na "Abraham." Ang Maylikha ay pupukawin ang mga hangaring ito sa iyo, at tutulungan ka Niya upang maiwasto ang mga ito. Kaya pangungunahan ka Niya sa lupain nang lubusang kaligayahan.

"At gagawin kitang isang dakilang bayan, at ikaw ay Aking pagpapalain, at gagawin ang iyong pangalan na dakila; at ikaw ay magiging isang pagpapala."

Ano itong "dakilang bayan" na binabanggit dito? Mayroong napakaraming pag-aakala na nakapaligid tungkol dito sa "dakilang bayan." May ilan na nagsasabing ito ay tumutukoy sa bayan na pinili nang Diyos, subalit ito ay mali. Sa katunayan, itong uri nang paghihiwalay at pag-unawa sa kataasan ng isang bayan sa isa pa ay tiyakang ang ugat ng lahat nang mga problema, tulad nang ating malinaw na nakikita sa ating mundo.

Gayunpaman, ang bawat bagay ay naging malinaw at kinuha ang marapat nitong lugar kapag ating napagtanto na ang Torah ay nagsasabi lamang tungkol sa mga hangarin na umiiral sa loob natin. Sumusunod dito na ang pag-unawa sa "dakila" ay tumutukoy doon sa isang nakarating sa katangian nang pagkakaloob at natutunan na tunay na pagmamahal sa iba pa. Doon nakahimlay ang totoong kadakilaan. Sa sandaling iyong magagap yaong konsepto, iyong nanaisin kaagad na mapabilang sa "bayan" na ito. Sa katunayan ang panghuling layunin ay upang magawa ang buong mundo na "dakila."

"...at Akin kitang pagpapalain..."

Ano ang isang "pagpapala"? Kailanman kapag tayo'y nakatanggap nang isang pagpapala sa buhay, tayo'y walangpasubaling makatitiyak na ito ay ibinigay sa ating upang mapanatili tayong malusog, matagumpay sa ating mga gawain, at iba pa. Ang totoo, ang isang pagpapala ay hindi tungkol sa ating egotistikong mundo anupaman; ito ay isang espiritwal na pag-unawa na nagtuturo sa atin tungo sa espiritwal na mundo. Wala itong anumang kinalaman sa mga makamundong usapin. Ang isang "pagpapala" ay ang puwersa ng Liwanag na bumababa sa atin at iwinawasto ang ating mga intensiyon, binabago ang mga ito mula sa pagiging egotistiko tungo sa pagiging altruistiko.

Sapagkat ikaw ay kunektado kay Abraham, ikaw ay ginagawaran nang puwersang ito. Kapag nasa iyo na ito, ang lahat nang mga hangarin na iyong nakilala, yaong mga dinala at kasama mo "mula sa iyong bayan" at yaong mga makakatagpo mo pa lamang sa iyong paglalakbay, ang lahat ay iwinawasto nang puwersang ito na tinawag na "pagpapala."

Ngunit magpatuloy tayo. Masdan kung gaano karahas kung pakikinggan ang sumusunod na pangungusap mula sa Midrash: "Palalayain Kita sa mga obligasyon mo sa iyong pagbibigay-dangal sa iyong ama. Maaari mo siyang iwanan nang walang pagdadalawang-isip. Ang iyong ama at kapatid na tila mapag-kaibigan, sa totoo ay nagbabalak ng masamang balak sa iyo. Sila'y nagbabalak pumatay..." Ito'y mababasa na parang mga bagay na galing sa isang nobela.

Subalit sa ngayon iyo nang nalalaman na ang pangungusap ay tumutukoy sa dating katayuan, na iyong ipinamuhay noon at hindi na magagawang umayon sa iyo. Ang mga hangaring ito ay nakikita na ikaw ay tama at kaya sumasang-ayon na ikaw ay nakaangat na sa ibabaw nang mga ito.

Gayunpaman, dahil mga di-pa-nawawastong hangarin na tulad nila, ang katangian na iyong iminumungkahi na ipamuhay ay parang kamatayan sa kanila. Samakatwid, maaga man o sa huli, magkakaroon nang tunggalian kung saan ang ilang mga hangarin ay kinakailangang sirain nang iba. Kapag ang sandaling iyon ay dumating, mayroon ka lamang isang pagpipilian - upang maihiwalay ang iyong sarili mula sa mga magagaspang na egotistikong hangarin upang maiwasan ang pakikipag-away sa mga ito.

Ang paglisan sa kanila ay magpapanatili sa mga ito sa isang panahon. Ang mga ito ay mananatili at ikaw ay mamumuhay nang mapayapa, at kakailanganin lamang na bumalik muli at iwasto ang mga ito. Datapwat ikaw ay magbabalik lamang sa sandaling nagkaroon ka na nang sapat na lakas at naging isang "dakilang bayan," na may kakayahan nang gapiin (pagwawasto) ang lahat ng mga hangarin na iyong iniwanan na.

Ang Maylikha ay hindi inihayag kay Abraham saan siya makakarating sa dulo ng kanyang paglalakbay. "Sa lupain na Aking ipapakita sa iyo," ang Kanyang sinabi dito.

Ang mga hangarin upang magkaloob na nahayag habang naglalakbay, na nanguunuuna sa iyo habang ang mga ito ay lumilitaw sa loob, ay dapat tangggapin ayon sa panuntunan nang pagkakaloob, ibig sabihin na sa pananampalataya na mataas sa katwiran. Ito ay nangangahulugan na hindi mo dapat ipadaan ang mga ito sa pamamagitan ng iyong ego, ibig sabihin sa paglapit sa mga ito nang mga katanungan na, "Subalit ano ang maibibigay nito sa akin? Tila hindi ito makatwiran…"

Ang mga hangarin upang magkaloob ay dapat idaan sa pamamagitan ng iyong Abraham, ang katangian nang pagkakaloob sa loob mo. Kinakailangan na palagian mong ihanay ang iyong sarili sa katangian ng *Bina* sa loob mo, na iniiwanan ang lahat ng egotistikong pag-iisip sa tabing-daan.

Ang Midrash ay sinabi ang mga sumusunod tungkol kay Abraham: "Hindi siya nagtanong sa Maylikha nang kahit isang katanungan, na tulad nang, 'Gaano katagal ang aking magiging paglalakbay?'"

Ni Semion Vinokur

Yaon ang tama, dahil ang iyong pag-angat ay nagaganap sa antas ng Abraham (*Bina*) sa loob mo, at sa ganitong antas hindi ka nagtatanong; umaakyat ka lamang, at tumitiwalag mula sa mga egotistikong hangarin hanggang ikaw ay lumakas nang sapat upang harapin ang mga ito. Subalit sa ngayon ikaw ay sumasailalim sa iyong unang pagwawasto.

At ang nasusulat na Torah ay nagpapatuloy, "Kaya si Abraham ay lumisan tulad nang sinabi ng Panginoon sa kanya."

Ano ang ibig sabihin nang siya ay "lumisan"? Ito ay nangangahulugan na ikaw ay nagsimula nang lupigin ang espiritwal na bahagdan. Mga bagong egotistikong hangarin ay patuloy na sumusulpot sa loob mo, na iyong nagagawang iwasto sa pamamagitn nang pagkakabit nang mga ito kay "Abraham." Yaon ay nagagawa mong tingnan ang mga ito sa salamin ng Abraham, palaging inihahambing ang mga ito sa katangian ng Abraham, na sa gayong paraan ay pagkakabit nang mga ito sa Abraham, sa katangian ng *Bina* sa loob mo. Kung kaya ikaw ay palagiang makakapangibabaw sa mga ito.

Sa Pagtatapos

Mga mahal na mambabasa, tayo'y dumating na sa dulo ng ating aklat. Ating nasuri ang dalawang kabanata: *Beresheet* (Genesis, Hebreo nang Sa pagsisimula) at ang "Noah," at halos nasimulan lamang ang kabanatang, "Lumakad at Humayo."

Natural, imposible na masaklaw natin ang lahat ng bagay sa ganito kaikling aklat, laluna't kung iisipin ang katotohanan na kinailangan kong panatilihin ang talakayan sa paraang "magaan" upang matiyak na iyong maiintindihan ito at magagawang makaugnay dito sa sarili mo. Ang aklat na ito ay para sa sinumang nagsisimula pa lamang sa espiritwal na landas.

Para doon sa mga patungo at nasa paglalakbay na, naroroon ang aklat na *Ang Zohar: mga komentaryo sa komentaryo ni Ashlag,* kung saan ang kapaliwanagan sa kabanatang *Beresheet* ay sinaklaw sa buong aklat at kung saan inilatag ang komentaryo ng dakilang Kabbalista na si Baal HaSulam. Gayunpaman, kung iyong gagamitin ang akalt na yaon sa ngayon, hindi mo maiintindihan ni isang salita nito, sa dahilang ito ay nasusulat para doon sa mga nakahiwatig na nang espiritwal na mundo at umiiral na sa parehong mundo, at napag-uugnay ang mga ito sa kalooban.

Kung ang hangarin upang makamit ang espiritwal na mundo ay taos-pusong napukaw sa iyo, mananatili kang tapat dito. Hahanapin mo ang anumang pagkakataon na mapanatili at pagyamanin ang maselang buko na ito sa loob mo, at tiyak na ikaw ay makakamit ang inaasam na layunin.

Mga matibay at subok na mga gabay ang naghihintay sa atin sa ating landas. Ang ila sa mga ito ay natuklasan na natin sa kalooban, samantalang ang iba pa ay makakatagpo pa lamang, tulad ni Moses at marami pang iba. Dadaan tayo sa "disyerto" (sa kalooban), tutungo sa "Ehipto" (iyong ego), lalabas dito bilang "isang bansa" (pinalakas na altruistikong hangarin), "maglulunsad ng digmaan" (laban sa ego), babagsak upang bumangon muli (susuko sa ego subalit magpupumilit tungo sa espiritwal na pagtatamo) hanggang sa huli ay marating ang hangaring "direkta sa Maylikha." Ganito ang sinasabi ng Torah, ang aklat na hindi pa kailanman nagkamali.

Tungkol Sa May-Akda

Si Semion Vinokur ay isang mapanlikhang manunulat ng skrip at direktor. Siya nag dirihe at sumulat nang hindi kukulangin sa pitumpung dokumentaryo at labing-isang tampok na pelikula. Siya ay taga-pangulo ng School for Talented Young Cinematographers sa Ministry of Absorption ng Israel, at kasalukuyang namumuno sa mga proyekto ng mga nagtatapos na estudyante sa akademya ng pelikula sa "Sapir".

Marami sa mga pelikula ni Mr. Vinokur (nagprodyus, pagsusulat ng skrip at pag dirihe) ay ginawaran at ipinalabas sa malalaking Pang Internasyunal na pagdiriwang ng mga pelikula sa Estados Unidos, Italya, Israel, Russia, China, Argentina at marami pang ibang bansa.

Ang mga pelikula ni Mr. Vinokur ay nagkamit ng maraming parangal. Napanalunan niya ang The Gold Medal sa Flagstaff International Film Festival (*What fire cant burn*), ang The Bronze Plaque sa The Columubs International Film and Video Festival (*Kalik in Black, White, and Color*), First Prize sa Shanghai International Documentary Film Festival (*Magnolia*), isang especial na parangal sa *National Geographic International Film Contest* para sa kanyang maikling pelikula na *Toward Integral Consciousness*, at marami pa.

Si Semion Vinokur ay may-akda rin nang tanyag na nobelang pampelikula na, *The Kabbalist*.

Karagdagang Babasahin

Upang matullungan ka sa pagpili kung anong aklat ang gusto mong kasunod na babasahin, aming hinati ang mga aklat sa anim na kategorya - *Beginners, Intermediate, Advanced, Good for All, Textbooks* at *For Children*. Ang unang tatlong kategorya ay nahati batay sa kinakailangang kaalaman na dapat mayroon ang mambabasa upang madaling makaugnay sa aklat. Ang pang-apat na kategorya, *Good for All*, ay kinabibilangan ng mga aklat na palaging ikasisiya mo, ikaw man ay ganap na baguhan o kaya'y may kasanayan na sa Kabbalah.

Ang pang-limang kategorya na *Textbooks*, ay kasama ang mga isinaling mga tunay na pinagkuhanang materyales mula sa mga naunang Kabbalistang tulad ni Ari, Rav Yehuda Ashlag (Baal HaSulam) at kanyang anak at kahalili na si Rav Baruch Ashlag (ang Rabash). Ang kategoryang *For Children*, ay mga aklat na na-aangkop para sa mga batang may edad na 3 at pataas. Ang mga iyon ay hindi mga lantay na aklat nang Kabbalah subalit hinalaw sa mga katuruan at naghahatid nang Kabbalistikong mensahe ng pagmamahal at pagkakaisa.

Mayroong mga karagdagang babasahin na matatagpuan sa *www.kabbalah.info*. Ang lahat ng materyales dito, kasama ang mga *e-versions* ng mga nailathalang aklat, ay maaaring *mai-download* nang walang bayad.

Good for All (Mainam Para Sa Lahat)

The Kabbalist: (Ang Kabalista) *isang pampelikulang nobela*

Sa pagbubukang-liwayway nang pinaka-namamatay na kapanahunan ng kasaysayan ng tao, ang ika-20 siglo, isang misteryosong lalaki ang lumitaw na may mahigpit na babala sa sangkatauhan at isang di-inaakalang solusyon sa pagdurusa nito. Sa kanyang mga sulatin, si Kabbalistang Yehuda Ashlag ay inilarawan nang buong linaw at nang buong detalyado ang mga digmaan at mga kaguluhan na kanyang nakita sa kanyang pangitain, at ang higit na kamangha-mangha ay pati ang kasalukuyang pang-ekonomiya, pang-pulitika at panlipunang krisis na hinaharap natin sa ngayon. Ang kanyang mataimtim na pagnanais para sa isang nagkakaisang sangkatauhan ay nagtulak sa kanya na ibukas ang kandado sa *The Book of Zohar* at magawa na ito at ang katangi-tanging puwersa na nilalaman nito - ay magagawang makamit ng lahat.

Ang *The Kabbalist* ay isang pampelikulang nobela magpapa baligtad nang lahat nang iyong kaalaman na akala mo ay nalalaman mo tungkol sa Kabbalah, tungkol sa espiritwalidad, kalayaan ng kalooban, at ating pagtingin sa reyalidad. Ang aklat ay may dalang mensahe nang pagkakaisa sa paglilinaw na maka-siyentipiko at lalim na parang tula. Ito'y lampas sa relihiyon, nasyonalismo, mistisismo, at sa habi nang kalawakan at panahon upang maipakita sa atin na ang tanging milagro lamang ay yaong nagaganap sa kaloob, sa sandaling tayo'y nagsimulang kumilos na kaisa nang Kalikasan at kasama ang buong sangkatauhan.

The Point in the Heart: *A Source of Delight for My Soul*

(Ang Punto ng Puso: Isang Pag-uugatan ng Kagalakan ng Aking Kaluluwa)

The Point in the Heart; *A Source of Delight for My Soul* ay isang natatanging kalipunan nang mga sinipi mula sa isang lalaki na ang karunungan nagbigay sa kanya nang mga tapat na mag-aaral sa *North America* at sa buong mundo. Si Michael Laitman ay isang siyentista, isang Kabbalista, at isang dakilang taga-isip na

Ni Semion Vinokur

naghahayag ng isang matandang karunungan sa isang masugid na pamamaraan.

Ang aklat na ito ay hindi nagpapahayag na magtuturo ng Kabbalah, sa halip ay banayad na ipinakikilala ang mga isipin mula sa katuruan. Ang *The Point in the Heart* ay isang dungawan sa isang bagong pagtingin. Bilang isang manunulat sa sarili niya mismo, ay nagpapatunay sa karunungan ng Kabbalah, "Ito ay isang siyensiya ng emosyon, isang siyensiya ng kasiyahan. Ikaw ay inaanyayahan na ibuklat at tikman."

Attaining the Worlds Beyond (Pagtatamo ng mga Mundo mula sa Kawalan)

Mula sa pambungad ng *Attaining the Worlds Beyond*: "Dahil sa hindi magandang pakiramdam ng aking guro noong bisperas ng Bagong Taon ng mga Hudio nang Setyembre, 1991, ang aking guro ay tinawag niya ako sa tabi ng kanyang higaan at iniabot sa akin ang kanyang notebook at sinabing, "Tanggapin mo at matuto mula dito." Nang sumunod na umaga, siya ay pumanaw sa aking mga bisig, at iniwan ako at marami pang ibang mga tagasunod nang walang gagabay sa mundong ito."

"Madalas niyang sinasabi, "Nais kong matuto kayo na bumaling sa Maylikha, sa halip na sa akin, dahil Siya lamang ang tanging kalakasan, ang tanging Pinagmumulan nang lahat nang nabubuhay, ang tanging nag-iisang totoong makakatulong sa iyo, at Siya ay naghihintay sa iyong mga panalangin para sa tulong. Kapag ikaw ay nangangailangan ng tulong sa iyong paghahanap ng kalayaan mula sa pagkakatali sa mundong ito, tulong para sa pag-aang at ng iyong sarili tungo sa ibabaw nang mundong ito, tulong upang matagpuan ang sarili, at tulong sa pagtitiyak ng iyong layunin sa buhay, ikaw ay dapat bumaling sa Maylikha, na nagpapadala sa iyo nang lahat niyaong mga paghahangad upang mapilitan kang hanapin at bumaling sa Kanya'"

Ang *Attaining the Worlds Beyond* ay nagtataglay sa loob nito ang nilalaman nang notebook na iyon, gayundin nang mga iba pang magagandang sulatin. Ang aklat na ito ay inaabot ang lahat noong mga naghahanap na matagpuan ang isang makahulugan at maaasahang paraan upang maunawaan ang mundong ating ginagalawan. Ang nakaka-aliw na pambungad sa karunungan ng Kabbalah ay magpapalinaw sa kaisipan, magpapasigla sa puso, at gigisingin ang mga mambabasa sa kaibuturan ng kanilang kaluluwa.

Bail Yourself Out (Ipaglagak ang Iyong Sarili Upang Makalaya)

Ang *Bail Yourself Out: paano mo magagawang lumitaw na malakas mula sa krisis ng mundo* ay nagpapakilala nang ilang di-pangkaraniwang mga konsepto tungo sa kumpletong solusyon: 1) Ang pandaigdigang krisis ay sa katotohanan hindi pinansiyal, subalit *psychological* (sa isip): Ang mga tao ay tumigil nang magtiwala sa isa't-isa, kaya kung saan wala nang pagtitiwala, wala na doong kalakalan, tanging digmaan na lamang, pagkakahiwalay, at hapdi. 2) Ang pagkawala ng pagtitiwala na ito ay isang bunga ng *natural na proseso* na matagal nang nagsimula at ngayon ay humantong na ngayon. 3) Upang malutas ang krisis, dapat nating *maunawaan* muna ang proseso na lumikha nang pagtitiwalag. 4) Ang una at pinakamahalagang hakbang sa pag-uunawa sa krisis ay ang pagbibigay *impormasyon* sa mga tao tungkol sa natural na prosesong ito sa pamamagitan ng mga aklat na tulad ng *Bail Yourself Out*, sa TV, sa mga pelikula, at iba pang mga daluyan ng komunikasyon. 5) Kasama ang impormasyong ito, ating "kukumpunihin" ang ating mga ugnayan at ita-tatag ang mga ito sa tiwala, pakikipag-isa, at ang pinakamahalaga, ang pagkakalinga. Ang proseso nang pag-aayos na ito ay magtitiyak na tayo at ang ating mga pamilya ay uunlad sa isang mundo na sagana.

Basic Concepts in Kabbalah (Batayang Konsepto sa Kabbalah)

Ito ay isang aklat na makakatulong sa mga mambabasa na maglinang nang isang *paglapit sa mga konsepto* ng Kabbalah, sa mga bagay na espiritwal, at sa mga espiritwal na mga katawagan. Sa pamamagitan nang pagbabasa at paulit-ulit na pagbasa ng aklat na ito, ang isa ay nagkakaroon ng panloob na obserbasyon, pandama, at mga paglapit na hindi dating umiiral sa loob. Ang mga bagong nakamit na obserbasyon na ito ay tulad nang mga instrumentong sensor na "nararamdaman" ang mga bagay sa ating paligid na nakakubli sa ating karaniwang pandama.

Ang *Basic Cncepts in Kabbalah* ay sinadya upang magbunga nang pagninilay nang mga espiritwal na bagay. Sa sandaling tayo'y maging kaisa nang mga bagay na ito, magsisimula tayong makita ang paglalantad nang espiritwal na istruktura na nakapaligid sa atin, na halos parang isang ulap ay umangat. Ito ay isang aklat para doon sa mga nagnanais na mapukaw ang pinakamalalim at pinaka-pinong pandama na maaari nilang matamo.

Children of Tomorrow: Guidelines for Raising Happy Children in the 21st Century (Mga Anak ng Kinabukasan: Mga Patnubay para sa Pagpapalaki ng mga Masasayang Anak nang ika-21 na Siglo)

Ang *Children of Tomorrow* ay isang bagong panimula para sa iyo at sa iyong mga anak. Ang malaking pagbubunyag ay ang pagpapalaki ng mga bata, ang lahat ay tungkol sa mga laro at paglalaro, pakikipag-ugnay sa kanila bilang mga paslit na parang may idad na, at gumagawa nang mga malalaking desisyon nang magkakasama. Ikaw ay magugulat na matuklasan paanong ang pagtuturo sa mga bata tungkol sa mga positibong bagay tulad nang pagkakaibigan at pag-aalala sa iba ay kusang tumutuloy sa iba pang lugar nang ating mga buhay sa buong maghapon.

Buklatin ang anumang pahina at ikaw ay makakakita nang makapukaw-isip na mga siniping salita tungkol sa bawat bahagi ng buhay ng mga bata: ugnayang magulang-anak, pakikipagkaibigan at mga gusot, at isang malinaw na larawan kung paano ang mga eskwelahan ay dapat naka-disenyo at kumikilos.

The Wise Heart: Tales and allegories by three contemporary sages

(Ang Matalinong Puso: Mga Kuwento at salaysayin ng tatlong magkapanabayang pantas)

Ang mga mag-aaral at mga mahihilig sa Kabbalah ay madalas na nagtataka kung ano ang talagang nararamdaman ng isang Kabbalista sa espiritwal na mundo. Ang *The Wise Heart* ay isang antolohiya o tinipong mga kuwento at alegorya na buong pagmamahal na binuo ng Kabbalistang si Dr. Michael Laitman, nang kanyang guro na si Rav Baruch Ashlag (Rabash) at ama ni Rabash at guro na si Rav Yehuda Ashlag, may-akda ng tinampok na *Sulam* (Ladder/Bahagdan) komentaryo sa *The Book of Zohar* (Ang Aklat ng Zohar) Ang mga tula dito ay nag-aalay ng nakakabigla at madalas ay nakakatuwang paglalarawan ng kalikasan ng tao, nang may pagmamahal at banayad na haplos na tunay na katangi-tangi sa mga Kabbalista.

For Children (Pambata)

Together Forever: The story about the magician who didn't want to be alone

(*Magkasama Magpakailanman*: Ang kuwento tungkol sa mahikero na hindi nais na nag-iisa)

Ni Semion Vinokur

Tulad nang magagandang kuwentong pambata, ang *Together Forever* ay lampas sa mga hangganan ng edad, kultura, at kinalakihan. Dito, ang may-akda ay nagsasabi sa atin na kung tayo ay mapag-pasensiya at matatagalan ang mga pagsubok na ating nakakaharap sa landas ng ating buhay, tayo'y magiging mas malakas, matapang, at mas matalino.

Dito sa malambing at magiliw na kuwento, si Michael Laitman ay ibinabahagi sa mga bata at maging sa mga magulang ang ilan sa mga hiyas at alindog ng espiritwal na mundo. Ang karunungan ng Kabbalah ay tigib nang mga nakakabighaning kuwento. Ang *Together Forever* ay isa pang handog mula sa walang-pagkupas na pinagmumulan ng karunungan, na ang mga aral ay ginagawa ang ating mga buhay na mas mayaman, mas magaang at higit pa sa kasiya-siya.

Miracles Can Happen: Tales for Children, but not only...

(Ang Milagro ay Maaaring Mangyari: Mga kuwento hindi lamang para sa mga bata...)

Ang *"Miracles Can Happen,"* ang *"Princess Peony,"* at ang *"Mary and the Paints,"* ay tatlo lamang sa mga sampung magagandang kuwento para sa mga bata may edad na 3-10. Sinulat para talaga sa mga bata, ang mga maikling kuwentong ito ay naghahatid ng nag-iisang mensahe ng pagmamahal, pagkakaisa, at pagtingin sa lahat ng nilalang. Ang katangi-tanging paglalarawan ay maingat na binuo upang makadagdag sa pangkalahatang mensahe ng aklat, at ang isang paslit na nakarinig o nakabasa nang anumang kuwento sa mga tinipong ito ay tinitiyak na matutulog nang nakangiti.

The Baobab that Opened Its Heart: and Other Nature Tales for Children (Ang Baobab na Nagbukas nang Kanyang Puso: at Iba pang Kuwento para sa mga Bata)

Ang *Baobab that Opened Its Heart* ay isang kuleksiyon ng mga kuwentong pambata, ngunit hindi lamang para sa kanila. Ang mga kuwento sa kuleksiyon na ito ay isinulat nang may pagmamahal sa Kalikasan, sa mga tao, at higit sa lahat na mga bata ang nasa isip. Ang lahat nang mga kuwento ay nagbabahagi nang hangarin na mabanggit ang kuwento nang pagkakaisa ng kalikasan, pagiging magkaka-ugnay, at pagmamahal.

Ang Kabbalah ay nagtuturo na ang pagmamahal ay ang gumagabay na puwersa, ang sanhi ng pagkakalikha. Ang mga kuwento sa aklat na ito ay inihahatid ito sa isang natatanging paraan na ang Kabbalah ay itinatanim sa mga mag-aaral nito. Ang sari-saring mga may-akda at pagkakaiba't-iba ng istilo ay nagbibigay sa bawat isang mambabasa na matagpuan ang kuwento na kanilang nagugustuhan.

Beginners(Mga Nagsisimula)

A Glimpse of Light: *The Basics of the Wisdom of Kabbalah*

(Isang Sulyap ng Liwanag: Ang mga Saligan ng Karunungan ng Kabbalah)

Ang *A Glimpse of Light*: *The Basics of the Wisdom of Kabbalah* ay naghahain ng mga piling pagninilay mula sa dagat ng karunungan na nakapaloob sa karunungan ng Kabbalah. Ang aklat na ito ay dumadampi sa mga usapin na tulad kasiyahan, ego, pag-ibig, kalalakihan, kababaihan, globalisasyon, edukasyon, ekolohohiya, Kalikasan, pananaw sa reyalidad, *The Book of Zohar*, at espiritwalidad. Buksan lamang ang aklat kailanman na nais mo, at magsimulang magbasa. Ang bawat kabanata ay naglalaman ng ilang bahagi na nag-isa upang bumuo nang isang kumpletong larawan. Ang tinipong ito ay magsisilbi sa iyo bilang isang "sulyap ng Liwanag," isang dungawan tungo sa malalim na damdamin at pananaw na magagawa nating lahat na matamo sa pag-aaral nang karunungan ng Kabbalah.

The Spiritual Roots of the Holy Land (Ang Espiritwal na Ugat ng Banal na Lupain)

Ang *The Spiritual Roots of the Holy Land* ay magdadala sa iyo sa isang nakakamanghang paglalakbay tungo sa lupain ng Israel, upang matulungan ka na mahanap ang bawat isang lugar na iyong dadalawin, maging sa isip o sa katawan, at higit pang mga detalye tungkol sa mga ninuno na gumawa sa lupaing ito na sentrong punto ng buong mundo.

Self-Interest vs. Altruism in the Global Era: How society can turn self-interest into mutual benefit

Ang *Self-Interest vs. Altruism in the Global Era* ay naghahayag ng isang bagong pananaw sa mga hamon sa mundo, na itinuturing ang mga ito bilang kinakailangang kalalabasan ng lumalagong egotismo ng sangkatauhan sa halip na isang serye nang mga pagkakamali. Sa diwang iyon, ang aklat ay nagmumungkahi nang mga kaparaanan upang *gamitin* ang ating mga ego para sa kapakinabangan ng lipunan, sa halip na tangkaing sagkain ang mga ito.

….Sa pagsasabi na ang hinaharap ng lipunan ay nakasalalay sa pakikipagtulungan ng mga mamamayan upang magkakasamang kumilos para sa lipunan, at sa pagsasabi na ang hangganan nang pagkakalugami ng lipunan sa kailan lamang na nagdaang mga dekada ay bunga ng pagmamahal sa sarili at kasakiman, ang *Self-Interest vs. Altruism* ay isang nakaka enganyo at mairerekomendang babasahin.

James A. Cox, Editor-in-Chief, Midwest Book Review

Ang mga Lihim ng Walang-Hanggang Aklat

A Guide to the Hidden Wisdom of Kabbalah

(Isang Patnubay sa Natatagong Karunungan ng Kabbalah)

A Guide to the Hidden Wisdom of Kabbalah ay isang magaan at magiliw sa mambabasang patnubay sa mga nagsisimula sa Kabbalah, na sumasaklaw sa lahat ng bagay mula sa kasaysayan ng Kabbalah hanggang sa kung paanong ang karunungang ito ay makakatulong sa paglutas nang pandaigdigang krisis.

Ang aklat ay isinaayos sa tatlong bahagi: ang Unang Bahagi ay tungkol sa kasaysayan, mga bagay-bagay at maling mga haka-haka tungkol sa Kabbalah, at pagpapakilala sa mga mahalagang konsepto. Ang Pangalawang Bahagi ay magsasabi sa iyo tungkol sa lahat ng espiritwal na mundo at iba pang nakakatuwang mga bagay tulad nang ibig sabihin ng mga titik at kapangyarihan ng musika. Ang Pangatlong Bahagi ay sumasaklaw the pagpapatupad ng Kabbalah sa panahon ng pandaigdigang krisis.

Kabbalah Revealed: A Guide to a More Peaceful Life

(Kabbalah Inihayag: Isang Patnubay Tungo sa Isang Mapayapang Buhay)

Ito ay ang pinaka-malinaw na naisulat, magiliw-sa-mambabasa na patnubay upang makaroon nang pang-unawa sa mundong nakapaligid. Ang bawat isa sa anim na mga bahagi nito ay nakatutuon sa kakaibang mukha nang karunungan ng Kabbalah, pinalilinaw ang katuruan nito at ipinaliliwanag ang mga ito gamit ang iba't-ibang halimbawa mula sa ating pang araw-araw na buhay.

Ang unang tatlong kabanata sa *Kabbalah Revealed* ay ipinapaliwanag kung bakit ang mundo ay nasa isang katayuan nang krisis, kung paanong ang ating lumalagong mga hangarin ay nagsusulong nang pag-unlad gayundin nang pagtitiwalag, at bakit ang pinakamalaking balakid upang makamit ang positibong pagbabago ay nakaugat sa ating sariling espiritu. Ang mga Kabanatang pang-Apat hanggang sa pang-Anim ay naghahain ng isang tagubilin para sa positibong pagbabago. Sa mga kabanatang ito, ating matututunan kung paano natin magagawang gamitin ang ating espiritu upang magbuo nang isang personal na mapayapang buhay na naka-ayon at kaisa ng lahat nang Paglikha.

Wondrous Wisdom (Kamangha-manghang Karunungan)

Ang aklat na ito ay nag-aalok nang isang panimulang kurso sa Kabbalah. Tulad nang lahat nang mga aklat na ipinakilala dito, ang *Wondrous Wisdom* ay nakabatay nang natatangi sa tunay at antigong katuruan na isinalin mula sa Kabbalistang guro tungo sa mag-aaral sa loob ng libo-libong taon. Sa pinaka-buod ng aklat ay isang pagkakasunod-sunod na mga aralin na naghahayag sa kalikasan ng karunungan Kabbalah at ipinaliliwanag kung paano matatamo ito. Sa bawat isang nilalang na nagtatanong 'Sino talaga ako?' at 'Bakit ako naririto sa daigdig na ito?' ang aklat na ito ay nararapat.

Awaken Awakening to Kabbalah: The Guiding Light of Spiritual Fulfillment (Pagkapukaw sa Kabbalah: Ang Pumapatnubay na Liwanag ng Espiritwal na Katuparan)

Isang katangi-tanging personal at kahanga-hangang pagpapakilala sa isang sinaunang tradisyon ng karunungan. Sa aklat na ito, si Rav Laitman ay nagbigay nang isang mas malalim na pag-unawa sa pundamental na katuruan sa Kabbalah, at paano mong magagamit ang karunungang ito upang malinawan ang iyong kaugnayan sa iba pa at sa mundong nakapaligid sa iyo.

Gamit ang mga salitang maka-siyentipiko at matulain, kanyang hinalukay ang mga pinakamalalim na mga katanungan sa espiritwalidad at pagkabuhay. Ang mapamukaw, walang kaparis na patnubay na ito, ay magbibigay inspirasyon at magpapasigla sa iyo upang makita ang mundo sa katotohanan nito na higit sa limitasyon nang iyong pang-araw-araw na buhay, at magiging malapit sa Maylkha at maaabot ang kakaibang lali*m ng kaluluwa*.

Kabbalah, Science and the Meaning of Life

(Ang Kabbalah, Siyensiya at ang Kahulugan ng Buhay)

Ang siyensiya ay ipinaliliwanag ang mekanismo na nagpapadaloy sa buhay; Ang Kabbalah ay ipinaliliwanag kung bakit ang buhay ay umiiral. Ang *Kabbalah, Science, and the Meaning of Life* ay pinagsama ang siyensiya at espiritwalidad sa isang mapamihag na pagtatalakay na nahahayag sa kahulugan ng buhay.

Sa maraming siglo, ang mga Kabbalista ay nakapagsulat na ang mundo ay isang paglalang na nahati sa mga hiwa-hiwalay na mga nilalang. Sa kasalukuyan, ang matalim na siyensiya ng *quantum physics* ay nagsasabi nang kaparehong ideya: na sa pinakapundamental na antas ng mga bagay, tayong lahat ay tunay na iisa.

Ang siyensiya ay nagpapatunay na ang reyalidad ay napapakilos ng nagmamasid na nagsusuri dito; at gayundin ang Kabbalah. Ngunit ang Kabbalah ay gumagawa nang mas higit na mapangahas na pangungusap: na maging ang Maylikha, ang May Gawa ng reyalidad ay nasa kalooban nang nagmamasid.

Ang makayanig-mundong mga kaisipan at iba pa ay buong husay na ipinakilala nang sa gayon, maging ang mga mambabasa na bago sa Kabbalah o kaya'y sa siyensiya ay madaling mauunawaan ang mga ito. Kaya kung ikaw ay naguusisa tungkol sa kung bakit ikaw ay naririto, ano ang ibig sabihin ng buhay, at ano ang maaari mong magawa upang matamasa ito nang higit pa, ang aklat na ito ay para sa iyo.

Ni Semion Vinokur

From Chaos to Harmony

(Mula sa Kaguluhan tungo sa Pagkakasundo)

Maraming mga mananaliksik at siyentipiko ang nagkakaisa na ang ego ay ang sanhi sa likod nang mapanganib na kinalalagyan nang ating mundo sa ngayon. Ang katangi-tanging aklat na ito ni Rav Laitman ay hindi lamang nagpakita na ang egoismo ay ang naging batayan nang lahat nang pagdurusa sa buong kasaysayan ng sangkatauhan, kundi ipinapakita rin kung paano natin magagawa na ang ating dinaranas ay maging kasiyahan.

Ang aklat ay nagtataglay nang isang malinaw na pag-susuri ng ating kaluluwa at ang mga problema nito, at nagbibigay ng isang "mapa" nang kung ano ang ating kailangang gawin upang maging maligaya muli. Ang *Fom Chaos to Harmony* ay ipinaliliwanag kung paano tayo makaka-angat sa isang bagong antas nang buhay sa personal, panlipunan, pambansa, at pandaigdigang antas.

Kabbalah for Beginners

(Kabbalah para sa mga Nagsisimula)

Ang *Kabbalah for Beginners* ay isang aklat para sa lahat noong mga naghahanap ng kasagutan sa pinakamahalagang mga katanungan sa buhay. Nais nating malaman bakit tayo naririto, bakit mayroong hapdi, at paano natin magagawa ang buhay na maging kasiya-siya. Ang apat na bahagi nang aklat na ito ay nagbibigay nang maaasahang kasagutan sa mga katanungang ito, gayundin magbibigay nang malinaw na kapaliwanagan sa buod ng Kabbalah at sa praktikal na pagsasagawa nito.

Ang Unang Bahagi ay tumatalakay sa pagkakatuklas ng karunungan ng Kabbalah, at paano ito napaunlad, at sa dakong huli ay ikinubli hanggang sa ating panahon. Ang Pangalawang Bahagi ay nagpapakilala sa pinakabuod ng karunungan ng Kabbalah, gamit ang sampung madaling mga guhit upang matulungan tayo na maunawaan ang balangkas ng espiritwal na mundo, at kung paano ang mga ito ay umuugnay sa ating mundo. Ang Pangatlong Bahagi ay nagbabantad ng mga Kabbalistikong mga konsepto na sa malaking bahagi ay lingid sa kaalaman nang publiko, at ang Pang-Apat na Bahagi ay nagpapalawig sa praktikal na mga paraan na ikaw at ako ay magagamit upang magawang mas mainam ang ating buhay at mas kasiya-siya para sa atin at para sa ating mga anak.

Intermediate(Pang-gitna)

The Kabbalah Experience

(Ang Karanasan ng Kabbalah)

Ang lalim ng karunungan ng Kabbalah na nahayag sa mga katanungan at kasagutan sa ng aklat na ito ay magbibigay inspirasyon sa mga mambabasa na magnilay at magmuni-muni. Ito ay isang aklat na hindi minamadaling pagdaanan, subalit sa halip, isang aklat na nararapat basahin nang buong ingat at lubos na pinag-isipan. Sa ganitong paraan, ang mga mambabasa ay magsisimulang maranasan ang lumalagong pakiramdam ng kaliwanagan habang naiintindihan ang mga kasagutan sa mga katanungan na ang bawat mag-aaral ng Kabbalah ay tinatanong habang tumatahak sa landas.

Ang *The Kabbalah Experience* ay isang patnubay mula sa nakaraan patungo sa hinaharap, naghahayag ng mga katayuan na ang lahat ng mga mag-aaral ng Kabbalah ay pagdaraanan sa ilang punto ng kanilang paglalakbay. Para doon sa mga nagpapahalaga sa bawat sandali nang buhay, ang aklat na ito ay nag-aalay nang walang katulad na malalim na pagtingin sa walang kupas na karunungan ng Kabbalah.

Ni Semion Vinokur

The Path of Kabbalah

(Ang Landas ng Kabbalah)

Ang katangi-tanging aklat na ito ay pinagsama ang materyales ng mga nagsisimula sa mga higit na maunlad na konsepto at mga katuruan. Kung ikaw ay nakapagbasa na nang isa o dalawang aklat ni Rav Laitman, matatagpuan mo ang aklat na ito na napakadaling makaugnay.

Samantalang nagbabanggit sa ilang batayang konsepto tulad nang pag-unawa sa reyalidad at Kalayaan sa Kapasyahan, ang *The Path of Kabbalah* ay dumadako sa mas malalim at nagpapalawak nang higit sa saklaw ng mga aklat para sa mga nagsisimula. Ang balangkas ng mga mundo, halimbawa, ay ipinaliliwanag sa higit na detalye dito kaysa sa "lantay" na aklat nang nagsisimula. Gayundin, inilalarawan ay ang ugat nang espiritwal na mga makamundong bagay tulad nang kalendaryong Hebreo at nang mga kapistahan.

Advanced(Maunlad)

The Science of Kabbalah

(Ang Siyensiya ng Kabbalah)

Ang siyentipiko at Kabalistang si Rav Michael Laitman, PhD, ay isinulat ang aklat na ito upang ipakilala ang mga mambabasa sa espesyal na lenggwahe at mga katawagan ng totoong karunungan ng Kabbalah. Si Rav Laitman ay inihayag ang totoong Kabbalah sa isang paraan na parehong makatwiran at napapanahon. Ang mga mambabasa ay unti-unting ginagabayan tungo sa pag-unawa nang matalinong pagkaka-disenyo ng Sanlibutan at nang buhay na umiiral dito.

Ang *The Science of Kabbalah*, ay isang rebolusyonaryong gawa na walang katulad sa kaliwanagan, lalim, at umaakit sa katalinuhan, ay magbibigay nang kakayahan sa mga mambabasa upang maunawaan ang mga mas teknikal na ginawa ni Baal HaSulam (Rabbi Yehuda Ashlag), tulad nang *The Study of the Ten Sefirot* at ang *The Book of Zohar*. Ang mga mambabasa ng aklat na ito ay matatamasa ang kasiya-siyang kasagutan sa mga palaisipan sa buhay na tanging ang totoong Kabbalah lamang ang makakapag-bigay. Maglakbay sa mga pahina at humanda para sa nakakamanghang paglalakbay tungo sa mga Mataas na Mundo.

Introduction to the Book of Zohar

(Pagpapakilala sa Aklat ng Zohar)

Ang *The Science of Kabbalah*, ay isang paghahandang kinakailangan para doon sa mga may naising maunawaan ang natatagong mensahe ng *The Book of Zohar*. Kabilang sa mga maraming makakatulong na mga usapin na tinalakay sa antas na ito ay isang pagpapakilala sa "lenggwahe ng mga ugat at sanga," na kung wala ang mga ito, ang mga kuwento sa *The Zohar* ay magmumukhang mga alamat at kathang-isip lamang. Ang *Introduction to the Book of Zohar* ay magbibigay sa mga mambabasa nang kinakailangang kasangkapan upang maunawaan ang tunay na Kabbalah sa kaparaanang paano ito dapat na maunawaan - bilang isang daan upang matamo ang Mataas na Mundo.

The Book of Zohar: annotations to the Ashlag commentary

(Ang Aklat ng Zohar: mga anotasyon sa komentaryo ni Ashlag)

Ang *The book of Zohar* ay isang matandang ugat ng karunungan at ang batayan nang lahat ng Kabbalistikong panulat. Simula sa paglitaw nito, ito ay naging pangunahin at kadalasang pinanggagalingan na ginagamit ng mga Kabbalista.

Ni Semion Vinokur

Isinulat sa isang natatangi at matalinghagang lenggwahe, ang *The Book of Zohar* ay pinapayaman ang ating reyalidad at pinapalawak ang ating pandaigdigang pananaw. Ang nag-iisang komentaryo ni Rav Yehuda Ashlag na *Sulam* (Bahagdan) ay hinahayaan tayong magagap ang mga natatagong kahulugan sa mga sulatin at "umakyat" tungo sa malinaw na pag-unawa at masusing pagtingin na ang aklat ay tinataglay para doon sa mga nag-aaral nito.

Textbook

(Mga Aklat-Aralin)

Shamati (I Heard)

(Aking Narinig)

Mga salita ni Rav Michael Laitman tungkol sa aklat: "Kabilang sa mga aralin at mga sulatin na ginamit nang aking gurong si Rav Baruch Shalom Halevi Ashlag (ang Rabash), mayroong isang espesyal na kuwaderno na kanyang palaging dala-dala. Ang kuwadernong ito ay naglalaman ng mga kopya nang mga usapan nila nang kanyang amang si Rav Yehuda Leib Halevi Ashlag (Baal HaSulam, may akda ng *Sulam* (Ladder/Bahagdan) isang komentaryo sa *The Book of Zohar,* at sa *The Study of the Ten Sefirot* (isang komentaryo sa sulatin ng Kabbalistang si Ari), at marami pang ibang mga gawa sa Kabbalah.

"Dahil hindi maganda ang pakiramdam noong bisperas ng Bagong Taon ng mga Hudyo, si Rabash ay pinatawag ako sa kanyang higaan at ibinigay sa akin ang isang kuwaderno, na ang pabalat ay may nakasulat lamang na isang salita, *Shamati* (Aking Narinig). Habang inaabot sa akin ang kuwaderno, kanyang sinabi na, 'Kunin mo ito at matuto mula dito.' Nang sumunod na umaga, ang aking guro ay pumanaw sa aking mga bisig, at iniwanan ako at marami sa kanyang mga tagasunod nang walang patnubay sa mundong ito.

Tapat sa pamanang iniwan ni Rabash na ipalaganap ang karunungan ng Kabbalah, aking ipinalathala ang nilalaman ng kuwaderno kung paano ito naisulat, kaya napanatili ang nakakapag-pabagong kapangyarihan ng ng mga nakasulat na salita. Kabilang sa lahat ng mga aklat ng Kabbalah, ang *Shamati* ay isang katangi-tangi at nakakaantig nang damdamin na likha."

Kabbalah for the Student

(Kabbalah para sa Estudyante)

Ang *Kabbalah for the Student* ay naghahandog ng tunay na mga sulatin ni Rav Yehuda Ashlag, may-akda ng *Sulam* (Ladder/ Bahagdan) komentaryo sa *The Book of Zohar*, nang kanyang anak at kahalili na si Rav Baruch Ashlag, at iba pang mga dakilang Kabbalista. Ito ay naghahandog din ng mga guhit nang wastong paglalarawan ng pag-inog ng Mataas na Mundo habang nararanasan ng mga Kabbalista ang mga ito. Ang aklat ay nagtataglay din ng ilang nagpapaliwanag na salaysayin na makakatulong sa ating maunawaan ang mga nasusulat dito.

Sa *Kabbalah for the Student*, si Rav Michael Laitman, PhD, ang personal na katulong at pangunahing mag-aaral ni Rav Baruch Ashlag, ay tinipon ang lahat ng mga sulatin na ang isang estudyante ng Kabbalah ay kakailanganin upang matamo ang espiritwal na mundo. Sa kanyang araw-araw na mga pagtuturo, si Rav Michael Laitman ay ibinabatay ang kanyang itinuturo sa mga nakaka enganyong mga sulatin, kung kaya nakakatulong sa mga baguhan at kahit sa mga datihan upang maintindihang mabuti ang espiritwal na landas na ating isasabalikat sa ating nakakalibang na paglalakbay patungo sa Mas Mataas na Kaharian.

Ni Semion Vinokur

Rabash - the Social Writings

(Rabash - ang Panlipunang Sulatin)

Si Rav Baruch Shalom Halevi Ashlag (Rabash) ay gumanap ng isang pambihirang papel sa kasaysayan ng Kabbalah. Siya ay nagkaloob sa atin nang kinakailangang pinakadulong kawing na nag-uugnay sa karunungan ng Kabbalah sa ating karanasan bilang tao. Ang kanyang ama at guro ay ang dakilang Kabbalista na si Rav Yehuda Leib Halevi Ashlag, na kilala bilang si Baal HaSulam dahil sa kanyang *Sulam* (Ladder/Bahagdan) na komentaryo sa *The Book of Zohar*. Datapwat, kung hindi dahil sa mga sanaysay ni Rabash, ang mga pagsisikap ng kanyang ama na isiwalat ang karunungan ng Kabbalah sa lahat ay mawawalan ng saysay. Kung wala yaong mga sanaysay, iilan lamang ang magagawang makamit ang espiritwal na pagtatamo na si Baal HaSulam ay pinaka-aasam para sa ating lahat.

Ang mga naisulat sa aklat na ito ay hindi lamang para sa pagbabasa. Sila higit sa lahat ay katulad nang isang pangkaranasang patnubay sa sinumang gagamit. Napakahalaga na gamitin ang mga ito upang makita kung ano talaga ang nilalaman. Ang mambabasa ay dapat tangkaing subukan at isagawa ang mga ito sa pagsasabuhay ng mga damdamin na si Rabash ay buong husay na inilarawan. Kanyang palaging pinapayuhan ang kanyang mga mag-aaral lagumin ang mga artikulo, na gamitin ang mga nakasulat, at yaong mga sinubukan ito ay natuklasan na ito ay palagiang nagbubunga nang mga bagong malalim na pag-unawa. Kaya ang mga mambabasa ay pinapayuhan na gamitin ang mga sulatin, lagumin ang mga ito, isalin ang mga ito at isagawa sa grupo. Yaong mga gagawin ito ay matutuklasan ang kapangyarihan sa mga panulat ni Rabash.

***Gems of Wisdom**: words of the great Kabbalists from all generations*

(Mga Hiyas ng Karunungan: mga salita ng mga dakilang Kabbalista nang lahat na henerasyon)

Sa pamamagitan ng libo-libong taon, ang mga Kabbalista ay pinamanahan tao nang maraming mga sulatin. Sa kanilang mga katha, kanilang nailatag ang isang nakabalangkas na kaparaanan na magagawang mag-akay, nang hakbang-kada-hakbang, tungo sa isang mundo ng kawalang-hanggan at pagkakabuo.

Ang *Gems of Wisdom* (Hiyas ng Karunungan) ay isang kalipunan ng piling mga sipi mula sa panulat ng pinakadakilang mga Kabblista nang lahat na henerason, nang may partikular na diin sa panulat ni Rav Yehuda Leib Halevi Ashlag (Baal HaSulam) may-akda ng *Sulam* (Ladder/Bahagdan) komentaryo ng *The Book of Zohar* (Ang Aklat ng Zohar).

Ang mga seksiyon ay isinaayos ayon sa tinatalakay, upang makapagbigay nang pinakamalawak na pagtingin na magagawa sa isang pag-aaralan. Ang aklat na ito ay isang kapaki-pakinabang na gabay sa sinumang tao na nagnanais nang pagsulong sa espiritwalidad.

***Let There Be Light**: selected excerpts from The Book of Zohar*

(Hayaang Magkaroon ng Liwanag: mga piling sipi mula sa Ang Aklat ng Zohar)

Ang *The Zohar* ay nagtataglay nang lahat ng lihim ng Paglikha, subalit hanggang kamakailan ang karunungan ng Kabbalah ay nakapinid sa ilalim ng sanlibong mga kandng umiiral sa katayauan nang pagiging isaado. Salamat sa gawa ni Rav Yehuda Ashlag (1884-1954), ang pinakahuli sa mga dakilang Kabbalista, ang

The Zohar ay naihayag ngayn upang isulong ang sangkatauhan sa kasunod na antas nito.

Ang *Let There Be Light* ay nagtataglay nang mga piniling sipi mula sa serye ng *Zohar for All* (Zohar para sa Lahat), na isang makinis na kopya nang *The Book of Zohar* kasama nang komentaryo sa *Sulam*. Bawat sipi ay pinili sa kagandahan at lalim gayundin sa kapasidad na umakit sa mambabasa tungo sa *The Zohar* at makuha ang pinakamahalaga sa karanasan sa pagbabasa. Tulad na ang *The Zohar* ay walang sinasabi kundi ang masalimuot na kawing na nag-uugnay sa lahat ng mga kaluluwa, at ang paglusong sa mga salita nito ay humahatak sa espesyal na puwersa na umiiral sa katayuan nang pagiging isa, kung saan tayong lahat ay magkaka-ugnay.

For Children(Para sa mga Bata)

Together Forever: The story about the magician who didn't want to be alone (Ang kwento tungkol sa salamangkero na ayaw mag-isa)

Tulad ng lahat ng magagandang kuwentong pambata, ang Together Forever ay lumalampas sa mga hangganan ng edad, kultura, at pagpapalaki. Dito, sinasabi sa atin ng may-akda na kung tayo ay matiyaga at magtitiis sa mga pagsubok na ating kinakaharap sa landas ng ating buhay, tayo ay magiging mas malakas, matapang, at mas matalino.

Sa mainit at malambot na kuwentong ito, ibinahagi ni Michael Laitman sa mga bata at magulang ang ilan sa mga hiyas at alindog ng espirituwal na mundo. Ang karunungan ng Kabbalah ay puno ng mga kwentong nakakaakit. Ang Together Forever ay isa pang regalo mula sa walang-paglipas na pinagmumulan ng karunungan, na ang mga aral ay nagpapayaman, mas madali, at mas kasiya-siya ang ating buhay

Miracles Can Happen: Tales for children, but not only...

(Maaaring Mangyari ang mga Himala: Mga Kuwento para sa mga bata, ngunit hindi lamang...)

Ang "Miracles Can Happen," Princes Peony," at "Mary and the Paints" ay tatlo lamang sa sampung magagandang kwento para sa mga batang edad 3-10. Isinulat lalo na para sa mga bata, ang mga maikling kuwentong ito ay naghahatid ng iisang mensahe ng pagmamahal, pagkakaisa, at pangangalaga sa lahat ng nilalang. Ang mga natatanging ilustrasyon ay maingat na ginawa upang mag-ambag sa pangkalahatang mensahe ng aklat, at ang isang bata na nakarinig o nakabasa ng anumang kuwento sa koleksyon na ito ay garantisadong matutulog na nakangiti.

The Baobab that Opened Its Heart: and Other Nature Tales for Children

(Ang Baobab na Nagbukas ng Puso Nito: at Iba Pang Mga Kuwento ng Kalikasan para sa mga Bata)

Ang Baobab na Nagbukas ng Puso nito ay isang koleksyon ng mga kuwento para sa mga bata, ngunit hindi lamang para sa kanila. Ang mga kwento sa koleksyong ito ay isinulat nang may pagmamahal sa Kalikasan, sa mga tao, at partikular na nasa isip ng mga bata. Lahat sila ay naghahangad na sabihin ang kuwento ng kalikasan ng pagkakaisa, pagkakaugnay, at pag-ibig.

Itinuro ng Kabbalah na ang pag-ibig ang gumagabay na puwersa ng kalikasan, ang dahilan ng paglikha. Ang mga kuwento sa aklat na ito ay naghahatid nito sa kakaibang paraan na ibinubunga ng Kabala sa mga mag-aaral nito. Ang pagkakaiba-iba ng mga may-akda at pagkakaiba-iba ng mga istilo ay nagbibigay-daan sa bawat mambabasa na mahanap ang kuwento na pinakagusto nila.

APPENDIXES

Appendix One
Mga Kadalasang Katanungan

ANO ANG KARUNUNGAN NG KABBALAH?

Ano ang Kabbalah?

Ang Kabbalah ay hindi isang pagsasaliksik na teoretikal. Ito ay isang praktikal na pamamaraan na sinadya upang makatulong sa bawat sandali nang ating mga buhay. Sa pamamagitan nang Kabbalah ang isa'y matutuklasan ang kinabukasan, ang nakaraan, ang katangian nang isang tao noong siya ay unang tumuntong sa mundong ito, makailang buhay na ang nakalipas, at ang kahabaan pa na kailangan niyang lakbayin.

Sa pagtanaw sa "magkabilang dulo ng lubid," ang mga Kabbalista ay nauunawaan kung ano ang gagawin upang magkaroon ng kapakinabangan ang kanilang buhay at ang atin, at kung paano pinaka-mainam na magagawa ito. Ang mga Kabbalista ay nakikita rin ang mga puwersang gumagalaw sa kanila sa bawat sandali, tulad nang kung bakit ang isa'y kailangang pakasalan ang isang partikular na indibidwal, o kung bakit ang mga batang anak nang isa'y may mga pag-uugaling ganoon o ganito.

Tungkol saan ang karunungan nang Kabbalah?

Ang karunungan nang Kabbalah ay bumabalot sa kabuuan nang reyalidad sa ilalim ng Maylikha: ang mundo, ang lahat ng bagay sa loob nito, ang pagbaba ng kaluluwa sa mundong ito, at ang pagbabalik nito patungo sa itaas. Sa madaling salita, ang karunungan nang Kabbalah ay kinapapalooban nang lahat estado at sitwasyon nang sangkatauhan.

Ang lahat nang mga mundo, kabilang ang sa atin, ay nakatindig nang nasa ibabaw nang isa pa. Ang Liwanag ay lumilitaw mula sa Maylikha at nilalakbay ang lahat ng mundo pababa sa mundong ito. Kaya bawat isang elemento na nasasa mundo ng Adam Kadmon ay nasasa lahat nang ibang mundo rin. Ang mga Kabbalista ay inilarawan ang ugnayang ito bilang "ugat at sanga."

Sa kanyang sanaysay na "Ang buod ng Karunungan ng Kabbaalah," inilarawan ni Baal HaSulam ang ugnayan ng ugat at sanga sa sumusunod na paraan: "Kaya walang anumang bagay ng reyalidad o pangyayari na matatagpuan sa mababang mundo na hindi ninyo makikita ang kahawig sa mundo sa ibabaw nito, na tulad nang pagkakatulad nang dalawang patak ng tubig sa isang lawa, at ang mga ito'y tinatawag na 'Ugat at Sanga.' Ito'y nangangahulugan na yaong bagay na iyo na natagpuan sa mababang mundo ay itinuturing na isang sanga nang pattern nito sa mataas na mundo, na bilang ugat nang mababang bagay, dahil dito kung saan yaong bagay na iyon ay naimprenta at nagawa na ganoon.

Kaya ating makikita na bawat elemento at detalye sa mundong ito, kasama ang lahat ng mga ugnayan ay umiiral din sa lahat ng Mataas na Mundo, magmula sa *Assiya* at *Adam Kadmon*.

Ang sanlibutan, ang Planetang Daigdig, ang nakapirmi, halaman, haylop, at nag-iisip/nagsasalita na mga likha ay matatagpuang lahat sa mga mundo sa ibabaw ng mundong ito rin. Mayroon lamang isang tanging pagkakaiba sa pagitan nang mga elemento nang mundong ito at mga elemento nang Mataas na Mundo. Sa Mataas na Mundo, ang mga elemento ay mga puwersa, at sa ating mundo, ang mga ito'y materya.

Ni Semion Vinokur

Gamit ang Kabbalah, magagawa nating matamo ang Mataas na Mundo at tuklasin ang mga puwersang gumagalaw sa bawat bagay sa mundong ito. Kapag natamo natin ang antas na ito, tayo'y makakarating upang malaman ang sistema nang pagkilos nang bawat elemento nang reyalidad nang mundo, ang mga katangian nito, at ang mga sanhi nang pagkilos nito. Ang karunungan nang Kabbalah pabibilisin ang ating pag- angat sa Mataas na Mundo at hahayaan tayo na mamasdan ang bawat pagkilos nang bawat bagay sa ating mundo mula sa ibabaw.

Ano ang pinagmulan nang pangalan ng *The Book of Zohar*?

Ang ibig sabihin ng *Zohar* ay "Kinang," tulad nang nasusulat sa aklat ng *Ang Aklat ng Zohar*; "ang matuwid ay nakaluklok nang may putong na korona sa kanilang mga ulo, at nagagalak sa Kinang nang Kabanalan." Ayon sa *Ang Aklat ng Zohar*, ang pakiramdam sa Mayikha (ang Liwanag) ay tinatawag na "Kabanalan." Sa alinmang lugar kung saan ang mga aklat ng Kabbalah ay nagsasabi na, "kaya nasusulat sa aklat..." sila'y parating tumutukoy sa *Ang Aklat ng Zohar*. Lahat nang iba pang mga aklat ay tila hindi itinuturing na "aklat" dahil ang salitang "aklat" (Sefer sa Hebreo) ay nanggaling sa salitang *Sefira*, na nanggaling sa salitang "sapphire," sapiro, ang paghahayag (nang Liwanag, ang Maylikha). At ito'y matatagpuan lamang sa *Ang Aklat ng Zohar*.

May mga taong nagdurusa sa buong tanang ng kanilang mga buhay...bakit ganito at bakit nga naman may pagdurusa?

Bawat isa ay nagdurusa sa lahat ng sandali. Ang sangkatauhan sa pangkalahatan ay matagal nang nagdurusa sa kabuuan nang kanyang kasaysayan. Ang tao ay nabuhay at namatay nang wala kailanmang naunawaan sa tunay na dahilan sa kanilang kasakitan. Ang hapdi ay maiipon at darating sa isang antas bago natin matutuklasan ang mga kadahilanan sa mga ito, at sino o ano ang mga responsable dito.

Ang karunungan ng Kabbalah ay isang paraan na tumututok sa usapin nang pagdurusa nang sangkatauhan at paano ito malulutas. Sa kabuuan, ang uring nilalang ay nakakalap na nang sapat na kasakitan upang magsimulang magtanong tungkol sa mga kadahilanan nito. Sa katunayan, ito ang dahilan kung bakit ang mga Kabbalista ay binuksan na ang karunungan ng Kabbalah para sa lahat.

ANO ANG ESPIRITWALIDAD?

Paano magagawa ang pagkilala sa pagitan ng korporyal at espiritwal?

Ang espiritwal ay walang pasubali na yaong hindi "para sa akin," kundi tanging "para sa Maylikha," na kapag ang kalalabasan nang pagkilos ay walang kinalaman anupaman sa kanya na gumagawa nito, kahit hindi tuwiran.

Ano ang "punto ng puso," at mayroon ba tayong lahat nito?

Bawat nilalang ay mayroong punto ng puso, ngunit maraming tao ay hindi pa ito nararamdaman dahil hindi pa sila "gumulang" o naghinog nang sapat upang maramdaman ito. Sa panahon nang pag-inog nang ating buhay, dumarating tayo sa isang sitwasyon kung saan ang punto ng puso ay nahahayag. Sa ganoong katayuan, nagsisimula nating maramdaman ang isang pagnanais sa espiritwalidad, para sa Isang Nakatataas. Ito ang tinatawag na "punto ng puso."

Ano ang pagkakaiba sa pagitan nang mundong ito at nang espiritwal na mundo?

Ang mundong ito ay ang pinaka-mababang antas na natatamo nang isang Kabbalista. Ito ang eksaktong kabaligtaran ng Maylikha at tinaguriang "ang pagkakatapon sa Egypt." Ang natural na kapangyarihan na kumikilos sa atin ay hindi tayo hinahayaan na gawin ang anumang bagay kung hindi para sa ating mga sarili. Ang katayuang ito ay tinawag na "estado ng Pharaoh."

Ang ating egoismo ay hindi tayo hinahayaang maramdaman ang mabunying, perpektong katayauan. Ito ang egoism, ang nasa loob na masamang puwersa ng tao na tinawag na "Pharaoh," na ang Torah (Pentateuch) ay binanggit nang may kahabaan. Ang lakas na na nagpalaya sa atin mula sa katayuang iyon at nagpatanggap sa atin sa espiritwal na mundo ay tinawag na "Moses." Ang Pharaoh, Moses, at lahat nang nasulat sa tungkol sa Exodus ay naglarawan nang espiritwal na mga katayuan at emosyon na tayong lahat ay naranasan sa ilang yugto nang ating paglago sa espiritwalidad.

ANG PAGHAHAYAG NG MAYLIKHA

Ang Maylikha ba ay umiiral?

Ang Kabbalah ay pinag-aaralan nang bukod tangi upang maramdaman at makita ang Maylikha. Ang bawat isa ay matutuklasan at mararanasan Siya. Sa sandaling matuklasan lamang natin ang Maylikha, maaari nating masabi na Siya ay umiiral, dahil sa gayon, malalaman natin para sa ating mga sarili mismo.

Ang pagtutuklas sa Maylikha ay posible lamang batay sa hangganan nang pagkakatulad nang mga katangian sa Maylikha. Kung magagawa nating maramdaman ang Maylikha ngayon, Tayo'y magiging mga Kabbalista.

Kung ang Pharaoh ay mayroong mga pari na nakayang magawa kung ano ang nagawa ni Moses at higit pa, paano ko malalaman na ang Maylikha ay mas mahusay kay Pharaoh?

Mayroon lamang isang kapangyarihan: ang Maylikha. Naiimpluwensiyahan Niya tayo sa maraming mga kaparaanan, sa pag-gamit nang mga magkakatunggaling puwersa. Sa ganitong paraan, hinugis Niya tayo, pinakikilos sa sari-saring paraan, lumilikha nang mga iba't-ibang reaksyon. Bilang resulta, nagkakaroon tayo nang isang pagtingin sa Liwanag at tungo sa kadiliman, at sa dakong huli, mauunawaan ang kahulugan nang pagbibigay at pagtanggap.

Ang nalikhang pagnanasa sa kabuuan nito, na kapantay nang kadakilaan nang Maylikha, ay tinawag na "Pharaoh." Kapag ang isa ay isinilang, siya'y tumatanggap lamang nang isang maliit na hangarin, at pakonti-konti natutuklasan ang kanyang panloob na Pharaoh. At sa hangganan na ang isa'y mapapangibabawan ang Pharaoh, magagawa nang isang maka-angat sa espiritwalidad. Ang pagkakaiba sa pagitan nang Maylikha at Pharaoh ay hindi sa kanilang kapangyarihan, kung hindi sa kanilang layunin. Kung ito'y "para sa akin," ito ay Pharaoh; kung ito'y para sa Maylikha, ito ang pagtatapos nang pagwawasto.

Ano ang pag-ibig, ang pagmamahal?

Ang pag-ibig ay isang resulta nang pagkakatulad nang panloob na mga pag- uugali, ibig sabihin mga katangian. Sa Kabbalah, mayroon lamang isang batas: "ang batas nang pagkakatulad nang anyo, mga katangian at mga pagnanais." Kung ang dalawang espiritwal na bagay ay magkapantay sa kanilang mga katangian, sila'y mag-kakaisa. Hindi ito nangangahulugan na mula sa pagiging dalawa, sila ngayo'y naging iisa, sa halip, ibig sabihin na sila'y tulad nang iisa. Bawat bagay na nangyayari sa isa sa kanila ay kaagad na nararanasan at napagyayaman ang isa pa.

Ang "pag-ibig" ay yaong magkatuwang na pakiramdam na ang dalawang magkahiwalay na bagay ay naibabahagi sa pagitan nila, kapag mayroong lubos na pagkakapantay sa kanila (maging sa dalawang tao, o ang Maylikha at ang nilalang). Ang pag-ibig ay ang pakiramdam nang pagkakatulad nang espiritwal na mga katangian. Ang pagkakalayo nang mga katangian at mga pagnanais ay naglalayo sa mga tao sa isa't-isa, maging hanggang sa pagkamuhi.

Ang pagkakabit-kabit nang mga pagnanais, kaisipan at mga katangian (na sa katunayan ay pareho, dahil ang mga katangian ang nagtatakda nang kaisipan at mga pagnanais), ay pinaglalapit ang mga tao, nagmamahalan at inuunawa ang isa't-isa. Sa sandaling ang isa'y makamit yaong pagkakatulad sa katangian nang Maylikha, ang isa'y natutuklasan din ang Maylikha at mamahalin Siya. Ang mga Kabbalista ay nagsasabi na ang pinaka-malaking kasiyahan sa mundo ay ang pakiramdam nang pagkakatulad sa anyo nang Maylikha.

ANG KABBALAH AY HINDI MISTISISMO

Paano ipinapaliwanag ng Kabbalah ang mga mala-himalang mga pangyayari tulad nang pagpapagaling at labas-sa-katawan na paglalakbay?

Ang Kabbalah ay binibigyan kayo nang kakayahan na maranasan ang espiritwal na mundo habang nasa mundong ito nang sabay. Ito'y tumutulong sa inyo upang maramdaman, makita, at maunawaan ang inyong espiritwal na paglago. Sa pag-aaral nito, matututunan ninyong makita ang inyong nakaraan, ang kasalukuyan at ang hinaharap, at inyong malalaman paano ninyo maipamumuhay ang inyong buhay nang may katalinuhan.

Ang mga Lihim ng Walang-Hanggang Aklat

Ang mga supernatural o mala-himalang mga pangyayari ay hindi espiritwal. Ang mga ito ay natural at mga physiological na mga pangyayaring nagaganap ngunit ang mga tao ay walang kamalayan o malayo sa Kalikasan. Datapwat ang Kabbalah ay nagbabanggit ng espiritwal na katawan, kung ano ang nangyayari sa kaluluwa. Sa madaling salita ang Kabbalah ay nagsasabi tungkol sa pagbabago mula sa egoismo tungo sa altruismo--ang kalikasan nang Maylikha.

Anong agimat ang mainam para sa matagumpay na buhay?

Ang Kabbalah ay isang siyensya na may malinaw at tuwirang mga batas na dapat pag-aralan. Ito'y walang kinalaman sa mga agimat, mga biyaya, o iba pang mga bagay o mga ritwal na ginagawa sa pangalan nito. Ang mga maling pag aakala tungkol sa Kabbalah ay ikinubli sa mga tao at iniugnay sa mga puwersa nang mahika. Ang mga aklat ng Kabbalah ay malinaw na ipinaliwanag kung anong mga hakbang ang kailangan nating gawin upang maangkin ang tunay na espiritwal na kaalaman. At kasama nang kaalaman na inyong makakamit, inyong malalaman aling mga pagkilos ang mainam para sa inyo sa anumang sitwasyon na ibinigay.

Maraming kaparaanan at mga katuruan upang matamo ang espiritwalidad. Bakit pipiliin ang Kabbalah?

Ang pagkakaiba sa pagitan nang ibang mga katuruan at Kabbalah, sa aking pagkaunawa mula sa pananaw nang Kabbalah, ay ang mga iyon ay nakatindig sa pagpapawalang-bisa ng pagnanais o sa pinakamahina ay sa pagsugpo sa mga ito. Ang Kabbalah naman ay nagsasabi na ang Maylikha ay maaaring madama nang tiyakan sa pamamagitan nang pagpapahayag nang pagnanais para sa Kanya, sa pamamagitan nang pagpapalit nang layunin sa paggamit nito, at buong katiyakan na hindi sa pagpapawalang- bisa nito. Hindi

Siya madarama sa pagpapawalang-bisa ng pagnanais upang matuklasan Siya.

Ang Kabbalah ba ay isang mistikong karanasan?

Ang Kabbalah ay hindi isang mistikong karanasan. Ito ay isang kapaliwanagan ng isang sistema nang mga batas ng kalikasan, kung saan tayong lahat ay bahagi, na dapat nating matutunan na gamitin para sa ating kapakinabangan. Ang mga batas na ito ay aktibo sa lahat ng antas ng Kalikasan--nakapirmi, halaman, mga hayop, at nagsasalita/nag-iisip. Samakatwid kapag ating natuklasan ang mga ito, makakaya nating mapaunlad ang lahat nang bahagi ng ating mundo, mula sa nagbabagong klima hanggang sa mga balangkas ng lipunan.

PAG-AARAL NG KABBALAH

Ang pag-aaral ba nang Kabbalah ay nangangahulugan na dapat akong tumiwalag sa pang-araw-araw na buhay?

Walang kahingian na mag-ayuno o pahirapan ang iyong sarili. Ang isa ay hindi kinakailangan na iwanan ang pag-araw-araw na buhay o isantabi ang mga obligasyon sa pamilya. Hindi rin kailangan lumutang sa hangin o mag- praktis ng mga klase ng paghinga upang makatamo nang kapanatagan.

Sa kabaligtaran, ang mga mag-aaaral ay bunibuo ang kanilang mga ego at ibinabaling ang mga ito na maging sisidlan na tutulong sa kanila upang matamo ang mabunying layunin--ang madama ang Maylikha. Sa pag-aaral nang Kabbalah at pag-unawa paano gumagalaw ang Mataas na Mundo, ang isa'y dapat nasa sentro ng mundong iyon at kikilos mula sa loob nito. Samakatwid, ang isa'y dapat magpatuloy sa paggawa nang kanyang lahat na mga responsibilidad. Ang pagtatamo ng espiritwal na katotohanan ang isa ay dapat nasa kanyang korporyal na pandama at matamang naka-ugnay sa isang normal na buhay.

Saan at paano ipinapakita ang kalayaan sa pagpili? Eksaktong kailan na ang isang tao ay pumipili at ano ang dapat niyang piliin?

Ang mga pagpipilian sa ating buhay ay lumiliit sa ating pagkakatuklas kung ano ang nagtulak sa atin upang mag-aral ng Kabbalah. Bukod sa pag-aaral ng Kabbalah, ang iba pang mga pinupursigi ay maituturing na "mala-hayop," dahil ang mga ito'y panandallian at mapapaso sa sandaling ang katawang tao ay mamatay. Bilang taong nilalang, mayroon tayong kalayaan nang pagpili lamang sa ating desisyon na mag-aral nang Kabbalah. Mayroong tatlong kadahilanan na nagtutulak sa atin upang mag-aral ng Kabbalah:

1. Gantimpala at kaparusahan sa mundong ito;
2. Gantimpala at kaparusahan sa kasunod na mundo;
3. Pagkakaloob sa Maylikha, sa sandaling tayo'y itinulak nang pagnanais na maging katulad nang katangian nang Maylikha na pagkakaloob.

Nag-aaral tayo ng Kabbalah bilang isang daan upang matamo ang pinakamatayog na altruistikong layunin: ang magkaloob sa Kanya na lumikha sa atin.
 Sa ganitong tatlong kadahilanan, ang espiritwalidad ay mas mataas kaysa sa atin. Hindi natin magagawang makumbinsi ang ating mga katawan na magbigay sa Maylikha dahil ang ating mga katawan ay kaagad babalikwas nang katanungan na, "Ano ang mapapala ko dito?" Sa pinakalikas na katangian nito, ang katawan

(na sa Kabbalah ay inilarawan na "ang pagnanasang tumanggap") ay hindi mauunawaan ang pagkakaloob.

Kaya wala tayong pagpipilian kundi hilingin sa Maylikha na bigyan tayo nang pagnanais at kaloobang magkaloob, upang kumilos at mag-isip nang walang pagsasalang-alang kung at paano ito magiging kapaki-pakinabang para sa atin. Kung ating itutuon ang ating pag-iisip at pagnanais sa pagtatamo noong pag-uugali, ang Maylikha ay babaguhin ang ating korporyal na kallikasan at papalitan nang isang espiritwal.

Pagkatapos, sa kabaligtaran noong hindi natin maunawaan ang posibilidad nang paggawa para sa iba, ngayon hindi naman natin maiintindihan ang hindi paggawa para sa Maylikha.

Nang aking tangkain na basahin ang The Book of Zohar, nakita kong napakahirap nitong maintindihan. Ito ba ay dahil sa akin o talagang mahirap na magagap ang aklat na ito?

Ang Aklat ng Zohar ay isang napakahalagang Kabbalistikong aklat, ngunit ito'y nasusulat sa isang nakakubling paraan, kaya naging mahirap itong maunawaan hanggang ang isang tao ay makarating sa espiritwal na mundo. Dahil doon, iminumungkahi na hindi natin simulan itong pag-aralan nang diretso mula sa *Ang Aklat ng Zohar*. Sa halip mayroong mga pambungad at mga aklat ni Baal HaSulam na magtuturo sa atin kung ano ang nasusulat sa *Ang Zohar*.

Ang Aklat ng Zohar ay hindi isang aklat kung saan ang isa ay makapagtatamo nang espiritwalidad; ito'y isinulat para doon sa mga nakapagtamo na nito. Upang maunawaan ito nang tumpak, kailangan muna nating pag-aralan ang ilang mga sulatin, tulad nang "Paunang-Salita sa Karunungan ng Kabbalah," "Pambungad sa Aklat ng Zohar," "Paunang- Salita sa Aklat ng Zohar," "Panimulang-Salita sa Ang Aklat ng Zohar." Kung walang panimulang malinaw at wastong kaalaman gamit ang mga pambungad na mga iyon, ang aklat ay mananatiling malabo sa atin.

Kamakailan, mayroong mga nagsimulang lumitaw na mga grupong nag-aaral ng Kabbalah. Makakatulong ba kung susuriin ang mga ito?

Palaging kapaki-pakinabang ang magsaliksik, kahit isang beses lang yaong mga nag-aaral at paano nila pinag-aaralan ang Kabbalah. Makakatulong din ito na makilala ninyo ang inyong sarili. Kaya aking ipapayo ko sa inyo na suriin ninyo ang mga bagay at magdesisyon kung ito ay makakabuti sa inyo.

Mayroon bang pagkakaiba ang pag-aaral ng Kabbalah sa pagitan ng lalaki at babae?

Ang lalaki at babae ay dapat umunlad sa espiritwal at ang tanging pagkakaiba sa pagitan nila ay nasasa pamamaraan. Ang panimula nang proseso nang pag-aaral ay pareho. Kaya ang ating pambungad na mga kurso ay nagtataglay nang parehong pamamaraan para sa lalaki at babae. Kinalaunan, kung ang isang tao ay lumalim sa pag-aaral ng aktwal na Kabbalah, ang pagkakaiba sa pamamaraan ay nagiging mas malinaw. Ang lalaki at babae ay magsisimulang madama ang daigdig nang may pagkakaiba, dahil ang lalaki at babae sa katunayan ay totoong dalawang magkaibang mga mundo at may pagkakaibang pananaw sa paglikha.

Ano ang ibig sabihin nang mga Kabbalista sa salitang "pagtatamo?"

Sa Kabbalah, ang pag-unawa sa Isipan ng Paglikha--ang pinakamalalim na antas nang pang-unawa--ay tinatawag na "Pagtatamo." Sa ibang pananalita, ang pagtatamo ay ang ultimong antas nang pang-unawa. Ang pagtatamo nang isang estado (o antas)

Ni Semion Vinokur

ay nagangahulugan na inyong nakita ang bawat isang elemento sa estadong iyon.

Ano ang panalangin?

Ang ating nararamdaman sa ating mga puso ay mga panalangin. Ngunit ang pinaka-malakas na panalangin, tulad nang isinulat ni Baal HaSulam, ay ang nararamdaman nang isang tao sa kanyang puso habang nag-aaral, ang pagnanasang maintindihan ang pinag-aaralan na materyal, ibig sabihin upang maitugma ang kanyang mga katangian sa kung ano ang kanyang pinag-aaralan.

Sapagkat ang lahat ng bagay ay naitakda mula sa Itaas, saan nagkakaroon ng kalayaan sa pagpili?

Ang tanging kalayaan nang tao ay sa pagpili nang kapaligiran, ang lipunan na nakaka-apekto sa atin. Mababasa ninyo ang tungkol dito sa sanaysay ni Baal HaSulam na "Ang Kalayaan." Ang landas ng bawat isa ay ganap na naitakda. Ang tanging landas na dapat tunguhin ay pasulong, ibig sabihin patungo sa Maylikha. Nais nating gawin ito nang ating mga sarili, ngunit kung hindi natin gagawin, ang Kalikasan ay pupuwersahin tayo na magnais na umunlad.

Kung ang Maylikha ay ginawa ang Paglikha upang bigyang kasiyahan ang Kanyang nilikha, bakit pinagkakaitan Niya tayo ng kasiyahan?

Hindi ang Maylikha ang nagkakait sa atin nang kasiyahan. Ang dahilan kaya tayo nagdurusa ay dahil sa kabaligtaran natin sa Kanya. Siya ay lubusang kabutihan, at kapag nais nating maging katulad noon, tayo rin ay makikita natin na ang Kanyang lahat nang ginagawa ay biyayaan tayo nang kasaganaan at kasiyahan. Subalit hanggang tayo'y kabaligtaran Niya, hindi natin matatanggap yaong mga kasiyahang iyon dahil tayo'y hiwalay sa Kanya.

Sino ang maaaring mag-aral nitong karunungan?

Noong si Rav Kook ay tinanong sino ang pinapayagang mag-aral ng Kabbalah, kanyang sinabi na: "Sinuman ang may pagnanais." Kung ang isang tao ay talagang gustong mag-aral, ito'y palatandaan na siya ay handa na.

KATAWAN, KALULUWA, AT RE-INCARNATION (muling pagkabuhay)

Ang Maylikha ba ay may katawan?

Hindi lamang ang Maylikha ay walang katawan, maging tayo ay, ang likha ay wala ring katawan. Ang isang nilikha ay hindi isang korporyal, pisikal at biological na katawan, bagkus isang lantay na pagnanasa na matitigib nang Liwanag ng Maylikha. Ang pagnanasang ito ay umiiral sa bawat isa sa atin, at ito yaong tinatawag nang mga Kabbalista na "isang kaluluwa."

Ang kaluluwa ay nahahati sa mga bahaging ipinangalan sa mga bahagi ng katawan. Datapwat walang kuneksyon sa pagitan nitong mga bahagi at mga bahagi nang kaluluwa na pinangalanan nang mga bahagi nang ating katawan. Ang mga Kabbalista ay nakakita lamang nang paraan upang ilarawan ang mga konsepto sa espiritwal na mundo gamit ang mga salita sa mundong ito. Ginagamit nila ang mga salita sa mundong ito upang ilarawan ang kapangyarihan nang espiritwal na mundo, na siyang ugat at pinagmulan nang mga bagay na ito. Ang mga puwersang ito ay hindi maipapakita maliban sa pamamagitan nang lenggwahe nang mga ugat at sanga.

Anong ibig sabihin nang pagpapalaganap ng Kabbalah?

Ang sangkatauhan ay nagkakamit nang kaalaman tungkol sa sarili nito at nang mundo sa pagsasaliksik sa sarili nito at kapaligiran nito.

Ni Semion Vinokur

Lumilikha tayo nang mga pantasya sa mga bagay na hindi natin nauunawaan, ngunit nais natin. Ang mga ito ay nakabatay sa pagkakahawig, haka-haka, at mga sapantaha galing sa mga alam na natin. Ngunit kahit paano nating pilitin, hindi natin magagawang magsapantaha nang isang bahagi nang sanlibutan na hindi pa natin naranasan. Ang paghahawig ay hindi rin makakatulong dahil ang ating mga pandama ay hindi pa nakaranas nang anumang bagay na katulad nito.

Ang Kabbalah ay lumilkha o mas tama, ay nagpapalago nang isang bagong pandama sa atin. Sa pamamagitan lamang niyon magiging malinaw na ang pantasya ay hindi makakatulong sa atin na maramdaman ito.

Hindi magagawang maipa-abot ang ganitong mga damdamin sa iba na kulang sa ganitong pandama. Kung ang isa'y may ganitong pandama, maaari niyang maibahagi ang espiritwal na pakiramdam ngunit hanggang doon lamang sa hangganan na ang pinapasahan ay nagkaroon na rin nang ganitong pandama.

Kaya sa isang banda, ang Kabbalah ay isang siyensya dahil nagkakaroon tayo nang isang pakiramdam sa kapaligiran at saliksikin ito gamit ang striktong maka-siyentipikong pamamaraan.Sa kabilang banda naman, ang Kabbalah ay naiiba sa lahat nang iba pang likas na pamamaraan, dahil imposibleng saliksikin ang mundong iyon kung hindi muna natatamo ang espesyal na pandama para dito. Tanging sa hangganan lamang na ang isa'y nararamdaman ang mundong iyon, na ang isa'y magsisimulang maramdaman at mahiwatigan ang mga bagay nang may pagkakaiba.

Ang isang hindi nararamdaman ito ay hindi makakayang mawari ito. Ang kahulugan at layunin sa "pamamahagi nang Kabbalah" ay upang dalhin ang lahat ng tao na maramdaman ang pangangailangang mapaunlad ang kanilang mga kaluluwa at maranasan ang espiritwal na mundo sa mga sarili nila. Ang pagbabahagi nang Kabbalah ay nagbibigay sa atin nang isang pamamaraan para sa ganitong pag-unlad, at nagtuturo sa atin paano gagamitin ang bagong natagpuang pamamaraan. Kaya ito ang dahilan kung bakit ang Kabbalah ay isang espesyal na siyensya at hindi relihiyon.

Nasusulat sa Haggada (ang tekstong binabasa sa gabi ng Passover) na ang Pharaoh ay ginawang mapalapit ang Israel sa Maylikha. Paanong ang isang negatibong puwersa ay kumilos para sa Maylikha at laban sa sarili nito?

Ang Pharaoh ay isang puwersa nang Maylikha. Ito ay isang mabuting puwersa na nag-aanyo nang negatibong hugis sa atin, tulad nang nasusulat, "Dalawang anghel ang naghahatid sa tao sa layunin--ang 'mabuti' at 'masama.'"

Ang buong karanasan ng pag-unlad sa Kabbalah ay patungkol sa pagkakamit nang mga bagong puwersa nang pagkakaloob. Kung tayo'y mayroon lamang mabuting pagkahilig, hindi natin magagawang umunlad. Ang Pharaoh, ang masamang pagkahilig, ay hinahayaan tayong tumungo mula rito sa mas malaking mga pagnanais para sa kasiyahan, maiwasto ang mga ito ay sa gayon umangat pa nang mas mataas.

Samakatwid mahalaga rito na maintindihan ang Pharaoh bilang isang Puwersa ng Maylikha na ipinadala sa atin upang matulungan tayo. Ang Pharaoh ay nagsusulong sa atin sa pamamagitan nang pagpukaw nang pagnanais sa ating ego na sumulong at umunlad sa materyal na buhay. Sa dakong huli, unti-unti nating maiintindihan na ang materyal na pag-unlad ay hindi makapagbibigay sa atin nang anumang bagay, na ang tunay na pag- unlad ay espiritwal.

Kapag nasa ilalim nang impluwensiya nang Pharaoh, tayo'y nagsisimulang umunlad sa espiritwal, nagsasalliksik tayo sa espiritwal na mundo nang isang sisidlan na mapupuno nang pagnanais sa kasiyahan. Kaya ang ating sariling egoismo, ang Pharaoh, ay ang nagbubunsod na puwersa sa likod nang lahat ng bagay. Ito ay dahil hindi natin magagawang matanggap ang Mataas na Liwanag gamit ang ating kaloobang tumanggap nang wala ang ating intensiyon na magkaloob, na maging katulad nang Maylikha.

Sa halip magagawa lamang nating matamasa ang (mga napakaliit) na kasiyahan nang ating mundo, na sa sandaling mawala, ay iniiwan tayo sa pakiramdam na mas hungkag at lalong diskontento kaysa dati.

Si Pharaoh ay naghihikayat sa atin tungo sa espiritwalidad upang pagkatapos noon, sa sandaling natanggap natin ang espiritwal na kagalakan, kukunin niya ito para sa kanyang sarili. Sa ating mundo, ang Pharaoh ay humihikayat sa atin na tumanggap ng kasiyahan gamit ang ating natural na pagnanais na paligayahin ang ating mga sarili.

Sa Passover Haggada, ito ay tinatawag na ang "matandang Pharaoh." Pagkatapos sinasabi na may isang bagong hari na tumindig sa Egypt. Ito ang Pharaoh na nagdadala sa atin sa espiritwalidad, at pagkatapos para sa sarili nito mismo.

Ang siyensya ay nagtagumpay na sa pagkopya sa katawan nang tao; paano naman kaya ang sa kaluluwa?

Ang kaluluwa ay walang kaugnayan sa ating katawang-lupa. ang ating pisikal na katawan ay maaaring mabuhay bilang isang biological na "mala- hayop" na katawan, na mayroong nagpapasiglang puwersa na tinatawag na "mala-hayop na kaluluwa." Ngunit iyon ay walang kinalaman sa Mataas na Kaluluwa.

Hindi natin tinatanong ang ating mga sarili kung bakit may mga baka, manok, o kaya'y pusa, at anong uri nang kaluluwa ang naninirahan sa mga ito. Datapwat ang mga ito rin ay may mga kaluluwa, ngunit ang nasa kanila ay simpleng mala-hayop na puwersa na bumubuhay sa kanila, ang kaparehong puwersa na bumubuhay sa ating sariling mga katawan.

Kaya ang isang katawan ay maaaring makopya at walang problema doon. Sa hinaharap, ang lahat nang mga organo at kalaunan, ang buong katawan ay magagawa nang makopya. Ngunit ang kaluluwa ay hindi nakadepende sa katawan dahil ang tao ay nakakatanggap nang kaluluwa ayon sa nakatakdang mga espiritwal na batas, kung saan ang pisikal at biological na siyensya ay walang kinalaman. Ito ang dahilan kung bakit hindi magagawang makopya ang kaluluwa.

Maraming mga tao sa ating mundo na yaong Mataas na Kaluluwa ay hindi umiiral kahit anupaman. Ang kaluluwang iyon ay tinawag na "punto ng puso." May mga tong mayroon nito at mga taong wala pa nito. Hindi sinasadya, hindi natin malalaman kung sino ang mayroon nito at ang wala.

Paanong ang isang kaluluwa ay nailipat ang sarili nito sa kolektibong kaluluwa ni Adam?

Ang kaluluwa ay hindi kailanman talagang nilisan ang kolektibong kaluluwa; ito'y simpleng tumigil na maramdaman ito noong ito'y nagkaroon nang makasariling pagnanasa. Ngunit sa proseso nang paghahanagad nang pagwawasto, ang kaluluwa ay iniwasto itong kakulangan nang pagdama at muling natuklasan ang tunay na katayuan nito sa kolektibong kaluluwa.

Ang pagkakamit muli nang pakiramdam na ito ay tinatawag na "ang pag-akyat sa baytang nang espiritwal na bahagdan" mula sa ating mundo tungo sa mundo nang Atzilut.

Ni Semion Vinokur

Paanong ang indibidwal na kaluluwa ay nahiwalay sa kolektibong kaluluwa?

Habang ang kaluluwa ay nagkakaroon nang karagdagang, dipawastong makasariling mga pagnanasa, nawawala ang pandama nito sa espiritwal na mundo, na ang kaluluwa ay naiintindihan ito na bilang isang paghiwalay sa kolektibong kaluluwa. Bilang resulta, ito'y nagsisimulang makaramdam nang mas magaspang na pagnanasa sa sarili nito, tinatawag na isang "katawan." Ang kaluluwa ay nararamdaman ito bilang "kapanganakan" sa biological na katawan.

Paanong ang isang kaluluwa ay napupunta sa isang katawan?

Kung ang tinutukoy ay ang biological na katawan, kung gayon ang kaluluwa ay walang kinalamang anuman dito. Ngunit kung ang tinutukoy na "katawan" ay pagnanasa, kung ang pagnanasa ay makasarili o egotistiko, ito'y tinatawag na "isang katawan nang mundong ito."

Kung ang pagnanasa ay altruisitiko o di-makasarili, ito'y tinatawag na "isang espiritwal na katawan." Ang lahat nang katanungan ito ay ipinaliwanag sa sanaysay na "Pambungad sa Aklat ng Zohar."

Appendix Two
Mga Karagdagang Babasahin

Ngayong natapos na ninyo ang Kabbalah Para sa Nagsisimula, marahil maitatanong ninyo ano ang magiging kasunod. Ang appendix ay makakatulong sa inyo upang magkakapagpasiya.

Ating hinati ang mga aklat sa apat na kategorya--Nagsisimula, Intermediate, Advanced, at Panglahatan. Ang unang tatlong kategorya ay nahahati sa pamamagitan nang antas nang kaalaman na kinakailangan na dapat mayroon ang mambabasa. Ang pang-apat na kategorya, ang Panglahatan ay may kasamang mga aklat na inyong palaging matatamasa, kahit kayo ay lubos na baguhan o bihasa na sa Kabbalah.

Kung ang Kabbalah Para sa Nagsisimula ay ang inyong aklat na inilathala nang Laitman Kabbalah Publishers o Upper Light Publishing, aming irerekomenda na basahin ninyo ang isa pang aklat para sa nagsisimula, na mayroong naiibang pagtingin, tulad nang *Kabbalah, Science, and the Meaning of Life*, o ang *From Chaos to Harmony*, bago kayo tumuloy sa intermediate na antas.

MGA NAGSISIMULA

Kabbalah Inihayag (*Kabbalah Revealed*)

Ito ay isang malinaw na sulatin, magaang na gabay sa pagkakaroon nang pandama sa kapaligiran sa mundo. Bawat isa nang anim na kabanata ay tumutuon sa isang kakaibang aspeto nang karunungan nang Kabbalah, pinagliliwanag ang mga katuruan at ipinaliliwanag ang mga ito gamit ang sari-saring halimbawa mula sa ating pang-araw-araw na buhay.

Ni Semion Vinokur

Ang unang tatlong kabanata sa Kabbalah Revealed ay nagpapaliwanag kung bakit ang mundo ay nasa krisis na kalagayan, kung paanong ang ating lumalaking mga pagnanasa ay nagsusulong nang pag- unlad gayundin nang pagkakatiwalag at kung bakit ang pinakamalaking sagabal upang matamo ang positibong pagbabago ay nakaugat sa ating sariling espiritu. Ang ika-apat na kabanta hanggang ika-anim ay naghahain nang mungkahi para sa positibong pagbabago. Sa mga kabanatang ito, ating matututunan kung paano natin magagamit ang ating mga espiritu upang magtayo nang isang personal na mapayapang buhay na naka-ayon sa lahat ng Paglikha.

Nakamamanghang Karunungan (Wondrous Wisdom)

Ang aklat na ito ay nnaghahain nang panimulang kurso sa Kabbalah. Ang Wondrous Wisdom ay nakabatay lamang nang tangi sa mga antigong katuruan na ipinasa nang Kabbalistang guro sa mag-aaral sa loob nang nakalipas na libong taon. Ang pinakabuod nang aklat ay isang pagkakasunod-sunod na mga aralin na naghahayag nang kalikasan nang karunungan nang Kabbalah at nagpapaliwanag kung paano ito matatamo. Para sa mga taong nagtatanong nang "Sino talaga ako?" at "Bakit ako nasa daigdig na ito?" ang aklat na ito ay nararapat.

Pagkakamulat sa Kabbalah (Awakening to Kabbalah)

Isang katangi-tangi na personal at nakakagitlang pambungad sa isang antigong tradisyon nang karunungan. Sa aklat na ito, naglatag si Rav Laitman nang isang malalim na pag-unawa sa pinaka-pangunahing katuruan nang Kabbalah at kung paano ninyo magagamit ang karunungan upang mailinaw ang inyong pakikipag-ugnayan sa iba at sa mundo na iyong kapaligiran.

Gamit ang lengwaheng siyentipiko at matulain, kanyang inusisa ang pinaka-malalim na mga katanungan sa espiritwalidad at buhay. Ang mapamukaw, at katangi-tanging gabay na ito ay maghihikayat at magpapasigla sa inyo na tingnan ang mundo nang higit dito at sa limitasyon nang inyong pang-araw-araw na buhay, maging mas mapalapit sa Maylikha, at maarok ang kalaliman nang kaluluwa.

Kabbalah, Siyensya at Kahulugan ng Buhay

(Kabbalah, Science and the Meaning of Life)

Ang Kabbalah ay nagpapaliwanag tungkol sa mekanismo na nagtataguyod sa buhay; ang Kabbalah ay ipinapaliwanag bakit umiiral ang buhay. Sa Kabbalah, Siyensya at sa ang Kahulugan nang Buhay, si Rav Laitman at pinaghalo ang siyensya at espiritwalidad sa nakaka-bighaning salaysay na naghahayag nang kahulugan nang buhay.

Sa loob nang libong taon ang mga Kabbalista ay patuloy na nagsusulat na ang mundo ay nag-iisang paglikha na nahati sa magkakahiwalay na mga nilalang. Sa kasalukuyan ang makabagong siyensya nang quantum physics ay nagsasabi nang katulad na ideya: na sa pinaka-pangunahing antas nang mga bagay, tayong lahat ay tunay na iisa.

Ang siyensya ay pinatunayan na ang reyalidad ay naapektuhan nang nakamamasid na nagsusuri dito.; at gayundin ang Kabbalah. Subalit ang Kabbalah ay gumawa nang mas mapangahas na pangungusap: na maging ang Maylikha, ang Gumawa nang reyalidad ay nasa ating loob. Sa madaling salita, ang Diyos nasa loob natin; hindi Siya umiiral saan pa man. Kapag tayo'y pumanaw, gayundin Siya.

Ang mga nakakayanig na mga konseptong ito at iba pa ay buong husay na ipinakilala kaya maging ang mga bagong mambabasa sa Kabbalah o kaya'y sa siyensya ay madaling maiintindihan ang mga ito. Samakatwid kung kayo man ay may kakaunting pagtataka kung bakit kayo naririto, kung ano ang kahulugan nang buhay, at kung ano ang magagawa natin upang higit na matamasa ito, ang aklat na ito ay para sa iyo.

Mula sa Sigalot tungo sa Pagkakaisa (From Chaos to Harmony)

Maraming mananaliksik at mga siyentipiko ang sumasang-ayon na ang ego ang dahilan sa likod nang mapanganib na katayuan nang ating mundo sa kasalukuyan. Ang aklat na ito ni Laitman na nagbukas nang bagong landas ay hindi lamang nagpakita na ang ego ay ang matagal nang sanhi nang lahat ng pagdurusa sa buong kasaysayan nang sangkatauhan, ngunit ipinakita rin nito kung paano natin mababago ang ating pinagdaraanan tungo sa kasiyahan.

Ang aklat ay naglalaman nang malinaw na pag-aaral nang kaluluwa nang nilalang, ang mga problema nito, at nagbibigay nang isang "mapa" nang kailangan nating gawin upang maging maligaya muli. Ang From Chaos to Harmony ay ipinapaliwanag kung paano natin magagawang maka-angat sa isang bagong antas nang buhay sa personal, panlipunan, pambansa at pandaigdigang antas.

INTERMEDIATE

Ang Karanasan sa Kabbalah (The Kabbalah Experience)

Ang kalaliman nang karunungan na nahayag sa mga katanungan at mga kasagutan na parte ng aklat na ito ay magbibigay nang inspirasyon sa mga mambabasa na magmuni-muni at magnilay. Ang aklat na ito ay hindi kailangang madaliin, sa halip basahin ito nang buong ingat at buong pag- iisip. Sa ganitong paraan, ang mga mambabasa ay magsisimulang makaranas nang papalaking pakiramdam nang kaliwanagan habang simpleng nilalasap ang mga sagot sa mga katanungan nang bawat mag- aaral nang Kabbalah kasabay sa pag-aaral.

Ang aklat na The Kabbalah Experience ay isang giya mula sa nakalipas tungo sa hinaharap, at nagpapakita nang mga sitwasyon na lahat nang mag-aaral ay mararanasan sa isang bahagi nang kanilang paglalakbay. Para doon sa mga minamahalaga ang bawat sandali sa buhay, ang aklat na ito ay naghahain nang walang katulad na pananaw sa walang hanggang karunungan nang Kabbalah.

Ang Landas ng Kabbalah (The Path of Kabbalah)

Ang katangi-tanging aklat na ito ay pinagsama ang mga materyales para sa mga nagsisimula sa mas abanteng konsepto at mga katuruan. Kung nakabasa na kayo nang isa o dalawang aklat ni Laitman, inyong makikita ang aklat na ito ay napakadaling maka-ugnay. Habang nasa yugto nang mga panimulang mga konsepto tulad nang pagdama sa reyalidad at Kalayaan sa Pagpili, ang The Path of Kabbalah ay magiging mas malalim at mas lalawak nang higit sa sakop nang mga aklat nang nagsisimula. Halimbawa, ang balangkas nang mga mundo ay ipinaliwanag ng mas detalyado dito ay kaysa sa "purong" aklat nang nagsisimula. Gayundin inilarawan ang espiritwal na ugat nang mga karaniwang mga bagay tulad nang kalendaryong Hebreo at mga kapistahan.

MAUNLAD (ADVANCED)

Ang Siyensya ng Kabbalah (The Science of Kabbalah)

Ang Kabbalista at Siyentipikong si Rav Michail Laitman, PhD, ay dinisenyo ang aklat na ito upang ipakilala sa mambabasa ang espesyal na lenggwahe at mga termino ng tunay na karunungan nang Kabbalah sa isang paraan na parehong makatwiran at may huwisyo. Ang mga mambabasa ay unti-unting ginagabayan sa pag-unawa nang matalinong disenyo nang Sanlibutan at nang buhay na umiral dito.

Ang siyensya nang Kabbalah ay isang rebolusyonaryong gawa na walang katulad sa linaw nito, lalim at pang-akit sa talino, ay magbibigay kakayahan sa mga mambabasa nang paraan sa mas teknikal na mga gawa ni Baal HaSulam, tulad nang *Ang Pag-aaral sa Sampung Sefirot* (*The Study of the Ten Sefirot*) at ang *Ang Aklat ng Zohar* (*The Book of Zohar*). Ang mga mambabasa nang aklat na ito ay tatamasahin ang kasiya-siyang mga kasagutan sa mga pala-isipan nang buhay na tanging ang tunay na Kabbalah lamang ang makapagbibigay. Maglakbay sa mga pahina at humanda sa isang kagila-gilalas na paglalakbay sa mga Mataas na Mundo.

Pambungad sa Aklat ng Zohar (*Introduction to the Book of Zohar*)

Ang aklat na ito, kasama ang Ang Siyensya ng Kabbalah ay isang kinakailangang paghahanda para doon sa mga magnanais na maunawaan ang natatagong mensahe nang *Ang Aklat ng Zohar*. Kabilang sa mga maraming makakatulong na mga topiko na tinalakay dito ay ang isang pambungad sa "lenggwahe nang mga ugat at mga sanga," na kung wala ito ang mga kuwento sa Ang Zohar ay parang mga kathang-isip at alamat lamang. Ang Pambungad sa Aklat ng Zohar ay magbibigay nang kinakailangang kasangkapan upang maunawaan ang tunay na Kabbalah tulad nang kung paano ito sadyang ginawa na maging daan upang matamo ang mga Mataas na Mundo.

PANGKALAHATAN (ALL AROUND)

Pagtatamo ng Mundong Malayo (Attaining the Worlds Beyond)

Mula sa pambungad ng Pagtatamo nang Mundong Malayo, "... Hindi maganda ang nararamdaman noong Jewish New Year nang September 1991, ang aking guro ay tinawag ako at sinabing, "Kunin mo ito at matuto mula rito." Nang sumunod na araw, ang aking guro ay pumanaw sa aking mga bisig, iniwan ako at marami niyang mga tagasunod nang walang gabay sa mundo.

Madalas niyang sinasabi, "Gusto kong maturuan kayo na bumaling sa Maylikha sa halip na sa akin, dahil Siya lamang ang kalakasan, ang tanging Pinagmulan nang lahat nang nabubuhay, ang tanging Isa na talagang makakatulong sa inyo, at hinihintay Niya ang inyong mga dalangin para sa tulong. Sa sandaling humingi kayo nang tulong sa inyong paghahanap sa kalayaan mula sa pagkakagapos nitong mundong ito, tulong sa pag-angat nang inyong sarili sa ibabaw nang mundong ito, tulong sa paghahanap sa inyong sarili, at tulong sa pagtukoy sa inyong layunin sa buhay, kayo'y bumaling sa Maylikha, na nagpapadala sa inyo nang lahat nang inyong mga pagsusumikap upang mapilitan kayo na bumaling sa Kanya."

Ang Pagtatamo nang Mundo sa Kabilan ay naglalaman nang mga bagay na nasa notebook na iyon, kasama nang iba pang mga nakakapukaw na salita. Ang aklat na ito ay umaabot doon sa mga naghahanap nang isang makabuluhan at maasahang paraan na maunawaan ang mga pangyayari sa mundo. Ang kaakit-akit na pambungad na ito sa karunungan ng Kabbalah ay magpapalinaw sa kaisipan, magpapasigla sa puso, at magdadala sa mambabasa sa kailaliman nang kanilang kaluluwa.

Ni Semion Vinokur

Mga Batayang Konsepto sa Kabbalah
(Basic Concepts in Kabbalah)

Ito ay isang aklat na makakatulong sa mambabasa na maghangad nang isang paglapit sa mga konsepto ng Kabbalah, sa mga espiritwal na bagay at mga espiritwal na termino. Sa pagbabasa at pauli-ulit na pagbabasa nitong aklat, ang isang tao ay makakayang makagawa nang mga panloob na pagsusuri, mga pandama, at mga paraan na hindi pa umiral sa kalooban sa nakaraan. Ang mga bagong natamong pagsusuri ay tulad nang mga radar na "nakakaramdam" sa ating kapaligiran na labas sa ating mga karaniwang pandama.

Kaya ang Batayang Konsepto ng Kabbalah ay sinadya upang palakasin ang pagninilay nang mga espiritwal na mga termino. Sa sandaling nakapag-kaisa na tayo sa mga terminong ito, magsisimula na tayong makakita gamit ang ating panloob na paningin, ang pagtambad nang espiritwal na balangkas na pumapalibot sa atin, halos parang ulap na naglaho.

Muli ang aklat na ito ay hindi naglayon sa pag-aaral nang mga pangyayari. Sa halip ito ay isang aklat para doon sa mga nagnanais na magising ang pinaka-malalalim at pinaka-banayad na pandama na magagawa nilang matamo.

Appendix Three: Tungkol sa Bnei Baruch

Ang Bnei Baruch ay isang grupo nang mga Kabbalista sa Israel, nagbabahagi nang karunungan nang Kabbalah sa buong mundo. Ang mga materyales sa pag-aaral na isinalin sa higit 20 mga lenggwahe ay nakabatay sa tunay na mga Kabbalistikong salita na ipinasa mula isang henerasyontungo sa kasunod na henerasyon.

KASAYSAYAN AT PINAGMULAN

Noong 1991, kasunod nang pagpanaw nang kanyang guro na si Rabbi Baruch Shalom HaLevi Ashlag (si Rabash), si Michael Laitman, Propesor ng Ontology, at Teorya ng Kaalaman, may PhD sa Pilosopiya at Kabbalah, at MSc sa Medical Cybernetics, ay itinatag ang isang grupo ng mag-aaral na tinawag na "Bnei Baruch." Tinawag niya itong Bnei Baruch ("Sons of Baruch") bilang paggunita sa alaala nang kanyang tagapagturo, na hindi niya nilayuan ang piling sa loob nang huling labing-dalawang taon nang buhay nito, mula 1979 hanggang 1991. Si Rav Laitman ay naging pangunahing mag-aaral at ayudante at tinanggap na kasunod na tagapagturo nang sistema nang pagtuturo ni Rabash.

Si Rabash ay ang panganay na anak at kasunod ni Rabbi Yehuda Ashlag ang pinakadakilang Kabbalista nang ika 20 siglo. Si Rabbi Ashlag ay ang nag-akda nang pinakamarapat na paniwalaan at komprehensibong komentaryo sa aklat nang The book of Zohar, na pinamagatang The Sulam Commentary (The Ladder Commentary). Siya ang unang naghayag nang kumpletong paraan para sa pag-angat sa espiritwalidad, kaya nakilala siya bilang Baal HaSulam ("Owner of the Ladder"). Sa kasalukuyan, ang Banei Baruch ay ibinabatay ang kabuuan nang sistema nang pag-aaral nito sa landas na pinatag nang dalawang espiritwal na lider na ito.

ANG PARAAN NG PAG-AARAL

Ang katangi-tanging paraan nang pag-aaral na nagawa ni Baal HaSulam at kanyang anak na si Rabash, ay itinuturo at ginagamit sa pang-araw-araw na paraan ng Bnei Baruch. Ang sistemang ito ay nakasalalay sa tunay na mga sulatin tulad nang The Book of Zohar, ni Rabbi Shimon Bar-Yochai. Ang The Tree of Life nang Banal na Ari, at ang The Study of the Ten Sefirot ni Baal HaSulam.

Samantalang ang pag-aaral ay nakasalalay sa mga tunay na pinagmulan nang mga Kabbalistikong sulatin, ito'y inihahatid sa simpleng lengguwahe at gumagamit nang siyentipiko at makabagong pamamaraan. Ang pagpapa- unlad nang ganitong paraan ay nagawa ang Bnei Baruch na isang pandaigdigang, iginagalang na organisasyon sa Israel at maging sa buong mundo rin.

Ang katangi-tanging pagsasama nang isang akademikong sistema nang pag-aaral at mga personal na karanasan ay nagpapalawak sa pananaw nang mag-aaral at nabibigyan sila nang bagong pagtingin sa reyalidad na pinamumuhayan nila. Yaong mga nasa espiritwal na landas ay nabibigyan nang kinakailangang kasangkapan na saliksikin ang kanilang mga sarili at ang kanilang nakapalibot na reyalidad.

ANG MENSAHE

Ang Bnei Baruch ay isang magkakaibang pagkilos nang maraming libong mag-aaral sa buong mundo. Ang mga mag-aaral ay maaari nilang piliin ang sarili nilang landas at personal na sidhi sa kanilang pag-aaral, ayon sa kanilang mga natatanging kalagayan at kakayahan. Ang buod nang nilalaman nang mensahe na ipinapalaganap ng Bnei Baruch ay pangsanlibutan: "pagkakaisa nang mga mamamayan, pagkakaisa nang mga bansa at pagmamahal sa tao."

Sa nagdaang ilang milenya, ang mga Kabbalista ay patuoy na nagtuturo na ang pagmamahal sa tao ay nararapat na maging pundasyon nang lahat nang ugnayan nang nilalang. Ang pag-ibig ay namayani sa panahon ni Abraham, ni Moses at mga grupo nang mga Kabbalista na kanilang itinatag. Kung bibigyan natin nang puwang itong mga matatagal na ngunit napapanahong mga pagpapahalaga, ating matutuklasan na tayo'y nagmamay-ari nang kakayahan na magsantabi nang mga pagkakaiba at magkaisa.

Ang karunungan nang Kabbalah na nakubli sa mahabang panahon, ay matagal nang naghihintay nang sandali na tayo'y uunlad nang sapat at handa upang isagawa ang mensahe nito. Sa kasalukuyan ito'y lumilitaw na isang solusyon na magagawang pagkaisahin ang iba't-ibang paksyon saanman, at magpapahusay sa atin bilang indibidwal at bilang isang lipunan na harapin ang mga hamon nang kasalukuyang panahon.

MGA AKTIBIDAD

Ang Bnei Baruch ay itinatag sa kahingian na "tanging sa pagpapalawak lamang ng karunungan nang Kabbalah ang publiko ay magagawang mabiyayaan nang ganap na katubusan" (Baal HaSulam).

Kaya ang Bnei Beruch ay naghahain nang sari-saring kaparaanan sa mga tao upang saliksikin at tuklasin ang layunin nang kanilang mga buhay, habang nagbibigay nang maingat na paggabay sa mga nagsisimula at mga maunlad na mag-aaral.

Ni Semion Vinokur

Kabbalah Ngayon *(Kabbalah Today)*

Ang *Kabbalah Ngayon* ay isang libreng buwanang pahayagan na inilalathala at pinamamahagi nang Bnei Baruch. Ito ay isang di-politikal, di-komersyal na nasusulat sa isang malinaw at napapanahong estilo. Ang layunin nito ay isiwalat ang malawak na larangan nang kaalaman na natatago sa karunungan nang Kabbalah nang walang bayad at sa isang malinaw at kaaya-ayang programa at estilo para sa mga mambabasa saanman.

Ang *Kabbalah Ngayon* ipinamamahagi sa nang walang bayad sa bawat malaking siyudad sa Estados Unidos, at maging sa Toronto, Canada, London, England at Sydney, Australia. Ito'y inilalathala rin sa English, Hebreo at Russian, at mararating din sa Internet sa www.kabtoday.com.

Bilang karagdagan, aktwal na kopya nang pahayagan ay ipinapadala sa mga tagasubaybay sa aktwal na halaga lamang nang paghahatid.

Internet Website *(Tahanan sa Internet)*

Ang tahahanang lugar nang Bnei Baruch sa internet ay www.kabbalah.info, na nagpapakita nang tunay na karunungan ng Kabbalah gamit ang mga sanaysay, mga aklat, at orihinal na mga sulatin. Ito ang pinakamalaking website sa internet, at naglalaman nang isang natatanging, malawak na silid aklatan para sa mga mambabasa upang lubusang masaliksik ang karunungan nang Kabbalah. Bilang karagdagan, mayroon ding isang mediaarchive. www.kabbalahmedia.info, na naglalaman nang higit sa 5,000 bagay, mga pwedeng ma-download na mga aklat at malawak na natipong teksto, mga video at audio sa maraming mga lengguwahe. Ang lahat nang materyales ay makukuha nang walang bayad.

Kabbalah Television

Ang Bnei Baruch ay nagtayo nang isang kumpanya, ang ARI Films (www.arifilms.tv) na nakatuon sa paggawa nang edukasyonal na mga programa sa TV sa buong mundo at sa iba'-ibang mga lengguwahe.

Sa Israel, ang broadcasts ng Bnei Baruch ay isinasahimpapawid sa pamamagitan nang cable at satellite sa Channel 98 mula Linggo hanggang Biyernes. Ang lahat nang broadcasts sa channel na ito ay walang bayad. Ang mga programa ay naka-akma para sa mga nagsisimula at hindi nangangailangan anumang angking kaalaman sa mga materyales. Ang madaling proseso ng pag-aaral ay sinamahan nang mga programa na itinatampok ang mga pakikipag-pulong ni Rav Laitman sa mga kilala nang publiko na mga tao sa Israel at sa buong mundo.

Bilang karagdagan, ang Ari Filims ay gumagawa nang mga edukasyonal na mga serye ng lectures at mga dokumentaryo sa DVD at maging iba pang mga gamit sa pagtuturo.

Mga Aklat sa Kabbalah

SI Rav Laitman ay isinusulat ang kanyang mga aklat sa malinaw, at napapanahong estilo batay sa mga mahalagang konsepto ni Baal HaSulam. Ang mga aklat na ito ay nagsisilbing mahalagang kawing sa pagitan nang mga kasalukuyang mambabasa at mga orihinal na mga sulatin. Ang lahat nang mga aklat ni Rav Laitman ay magagamit para ipagbili gayundin bilang walang bayad na pag-download. Si Rav Laitman sa kasalukuyan ay nakapagsulat na nang tatlumpung mga aklat, na isinalin sa sampung mga lengguwahe.

Ni Semion Vinokur

Mga Kabbalah Lessons

Tulad nang mga Kabbalista nang nagdaang mga siglo, Si Rav Laitman ay nagbibigay nang araw-araw na lesson sa Bnei Baruch sa Israel sa pagitan nang 3:15 hanggang ika 6 nang umaga sa oras ng Israel. Ang mga lessons ay sabay na isinasalin sa anim na mga lengguwahe: sa English, Russian, Spanish, German, Italian at Turkish. Sa malapit na hinaharap, ang mga boroadcasts ay isasalin na rin sa French, Greek, Polish at Portuguese. Tulad nang iba pang bagay, ang buhay na pagbo-broadcast ay ibinibigay nang walang bayad sa libo-libong mag-aaral sa buong daigdig.

Funding

Ang Bnei Baruch ay isang non-profit na organisasyon sa pagtuturo at pamamahagi nang karunungan nang Kabbalah. Upang mapanatili ang pagsasarili at kadalisayan nang intensiyon, ang Bnei Baruch ay hindi sinusuportahan, ginagastusan at hindi man naka-ugnay sa anumang organisasyon nang pamahalaan o pampulitikang samahan.

Sapagkat ang kalakhan nang ginagawa nang Bnei Baruch ay walang bayad, ang pangunahing pinanggagalingan nang pondo para sa mga gawin nang grupo ay mula sa donasyon, tithing--na iniaambag nang mgaa mag-aaral nang kusang loob--at mula sa mga aklat ni Rav Laitman na ipinagbibili sa aktwal na halaga.

PAANO MAKIKIPAG-UGNAY SA BNEI BARUCH:

1057 Steeles Avenue West,
Suite 532
Toronto ON, M2R 3X1 Canada
info@kabbalahbooks.info

Email: info@kabbalah.info
Website: www.kabbalah.info
Toll free in USA and Canada
1-866 LAITMAN

www.ingramcontent.com/pod-product-compliance
Lightning Source LLC
Chambersburg PA
CBHW070348120526
44590CB00014B/1060